ஜெயகாந்தன்
சிறுகதையும் திரைக்கதையும்

ஜெயகாந்தன்
சிறுகதையும் திரைக்கதையும்

தொகுப்பு:
ஜெ.ஜெயசிம்மன்

டிஸ்கவரி பப்ளிகேஷன்ஸ்
எண்: 9, பிளாட் எண்: 1080A, ரோஹிணி பிளாட்ஸ்
முனுசாமி சாலை, கே.கே.நகர் மேற்கு,
சென்னை – 600 078. பேச: 99404 46650

வெளியீட்டு எண்: 0362

சிறுகதையும் திரைக்கதையும் (திரைக்கதை)
ஆசிரியர்: ஜெயகாந்தன்
தொகுப்பு: ஜெ.ஜெயசிம்மன் ©
Sirukathaiyum Thiraikathaiyum **(Screenplay)**
Author: J.Jayasimhan©

1st Short Edition: April - 2018
4th Short Edition: April - 2024
ISBN: 978-93-86555-49-6
Pages:172

Publisher • Sales Rights

Discovery Publications
No. 9, Plot,1080A, Rohini Flats,
Munusamy Salai,
K.K.Nagar West, Chennai - 78.
Tamilnadu, India.
Mobile: +91 99404 46650

Discovery Book Palace (P) Ltd
No. 1055-B, Munusamy Salai,
K.K.Nagar West,
Chennai-600 078.
Ph: (044) 4855 7525
Mobile: +91 87545 07070

discoverybookpalace@gmail.com / www.discoverybookpalace.com

இந்த நூலில் பிரசுரமாகியுள்ள எந்த ஒரு பகுதியையும் எழுத்துபூர்வமான முன்அனுமதி பெறாமல் எடுத்தாள்வதோ, மறுபிரசுரம் செய்வதோ, மொழியாக்கம் செய்வதோ, ஊடகங்களில் மறுபதிப்புச் செய்வதோ, காப்புரிமைச் சட்டப்படி தடை செய்யப்பட்டுள்ளது. இந்த நூலிலிருந்து சில பகுதிகளை மேற்கோள்காட்டி நூல்அறிமுகம் செய்யலாம்.

உங்கள் மொபைல் போனிலிருந்து ஸ்கேன் செய்து 'டிஸ்கவரி புக் பேலஸ்' மொபைல் ஆப்பை டவுன்லோடு செய்து, புத்தகங்களை வாங்குங்கள்.

உள்ளே புகுமுன்...

தமிழ்த் திரையுலகில் இந்திய சுதந்திரத்திற்குப் பின், முதன்முதலாக சிறந்த திரைப்பட இயக்குநருக்கான ஜனாதிபதி விருதை தட்டிச்சென்ற 32 வயது இளைய படைப்பாளி ஒருவர் உண்டெரென்றால் அவர் ஜெயகாந்தனே ஆவார்.

தொடர்ந்து அவர் திரையுலகில் காலூன்றாவிட்டாலும், ஒரு திரைப்படம் எப்படி இருக்க வேண்டும் என்று அடையாளம் காட்டியவர் அவர். 60களில் இத்திரைப்படம் குறித்து தமிழகத்திலும் இந்தியாவிலும் ஊடகம் கோலோச்சியிராத காலத்தில் பல சிறந்த படைப்பாளர்கள் தமிழ், இந்தி, ஆங்கிலம் போன்ற நாளிதழ்களில் இத்திரைப்படம் குறித்து பாராட்டி எழுதினர்.

அதேபோல், 80களில் எல்லோராலும் பேசப்பட்ட சிறுகதையான 'அக்னி பிரவேச'த்தைத் தொடர்ந்து எழுதிய 'சில நேரங்களில் சில மனிதர்கள்' பிரபல திரைப்பட இயக்குநர் திரு.பீம்சிங் அவர்களால் இயக்கப்பட்டு சிறந்த திரைப்படமாக மக்களால் பேசப்பட்டது.

மேலும், அந்தப் படத்தின் திரைக்கதை வடிவத்தை நூலாக்கி வெளியிட்டு, தமிழ்ப் படைப்புலகில் முதன்முதலில் திரைக்கதை வடிவ நூலினை அறிமுகம் செய்துவைத்த பெருமையும் திரு.ஜெயகாந்தன் அவர்களுக்கே உண்டு.

இவரைத் தொடர்ந்து பலர், திரைக்கதை வடிவ நூல்களைக் கொணர்ந்தாலும் அதன் நுணுக்கங்களை திரை ஓவியமாக யாரும் படைக்கவில்லை என்பதே யதார்த்தமான உண்மை.

ஒரு கதையை திரைவடிவமாக்க அவர் எடுத்துக்கொண்ட, கையாண்ட உத்தி ஜெயகாந்தன் எவ்வாறு திரைக்கதை வடிவத்தை அணுஅணுவாகக் கட்டமைத்தார் என்பதை 'சில நேரங்களில் சில மனிதர்கள்' என்ற திரைக்கதை வடிவத்திலிருந்து அறியலாம்.

இது குறித்து திரு.ஜெயகாந்தனின் இந்த வாக்குமூலமே சான்றாகும்:

“எனது கதைகளை எழுதுவதற்கு முன்னாலும் எழுதும்போதும் நான் ஒவ்வொரு நிகழ்ச்சியாய், ஒவ்வொரு பாத்திரமாய், ஒவ்வொரு காட்சியாய், அணுஅணுவாய் (Frame by Frame) உலாவவிட்டு, நிகழவும் பேசவும் வைத்து, இயக்கி, மானசீகமாய்ப் படைத்துப் பார்த்த பின்னர்தான் அவற்றைப் பதிவுசெய்கிற முயற்சியில் நான் வடித்து வைக்கிறேன். அவற்றை வேறு ஒரு மீடியத்துக்கு மாற்றுவதற்கான முயற்சி எனக்கு சிரமம் தராது. எனவே, ஒரு கதையை எழுதுவதற்கு முன்னால்கூட அதற்கு திரைக்கதை அமைத்துவிடுவது சாத்தியமாகும்” என்று கூறுகிறார்.

ஒரு கதையை மிகச் சிறப்புடனும், துல்லியமான சினிமா ஊடகம் குறித்த புரிதலுடனும், நுணுக்கமான கதைக்கூறுகளை உள்வாங்கிக் கொண்டு திரைக்கதை (script) வடிவங்களை கட்டமைத்திருப்பவர் என்பதற்கு ‘சில நேரங்களில் சில மனிதர்கள்’ சினிமா திரைக்கதையே அடையாளம் எனலாம்.

இதுகுறித்து பிரபல இயக்குனர் ஏ.பீம்சிங் கூறுகையில்,

“ஒரு மனிதனுக்கு முதுகெலும்பு எவ்வாறு முக்கியமோ அவ்வாறே, ஒரு திரைப்படத்துக்கு திரைக்கதை அமைப்பு என்பது முக்கியம். இதை இத்துறையில் இருக்கும் பெரும்பாலானோர் செய்வதில்லை. ஏன்? நானேகூட செய்ததில்லை என்பதை மிக வருத்தத்துடன் தெரிவித்துக்கொள்கிறேன்.

‘சில நேரங்களில் சில மனிதர்கள்’ கதைக்கு, திரைக்கதை அமைக்க திரு.ஜெயகாந்தன் எடுத்துக்கொண்ட உழைப்பையும் நேரத்தையும்போல், என்னால் உருவாக்கப்பட்ட மற்ற திரைப்படங் களுக்கு எடுத்துக்கொண்டேனா என்றால், ‘இல்லை’ என்றுதான் என் மனசாட்சி பதில் சொல்லும்.

திரு.ஜே.கே. அவர்கள், நமது திரைப்படத் துறைக்கு கிடைத்திருக்கும் வரப்பிரசாதம் என்று துணிந்து சொல்வேன். அவரைப் போன்ற எழுத்தாற்றல் உள்ளவர்கள் கிடைத்துவிட்டால், தழுவல் இல்லாமல், நகல் இல்லாமல் ஒரிஜினலாகவே தமிழ்ப்படங்களைத் தயாரிக்கலாம். அதன்வாயிலாக, தமிழ்ப் படவுலகம் தலைநிமிர்ந்து ராஜநடை போடலாம் என்பதில் சந்தேகம் இல்லை. மேலும், இது பூஜிக்கத்தக்கது என்று பூஜை அறையில் வையுங்கள்” என்றார்.

இவரது கூற்றுப்படி, தமிழ்த் திரையுலகம் தலைநிமிர்ந்ததா? ராஜநடை போடுகிறதா? என்பது ஒரு கனவாகவே போனது. அதுவேறு கதை. இனியாவது இதுகுறித்து யோசித்து, செயல்படத் தூண்டுவதும் நமது கடமை ஆகும்.

ஒவ்வொரு காட்சியையும் கேமரா எந்தக் கோணத்தில், எந்த வடிவத்தில், எப்படிப் பிரதிபலிக்க வேண்டும் எப்படி சினிமா ஸ்கிரிப்டை தயாரிக்க வேண்டும் என்பதற்கு இத்திரைக்கதை வடிவம் சான்றாகும்.

60களில் 'ஆனந்த விகடனில்' வெளிவந்த 'நான் இருக்கிறேன்' என்ற தனது சிறுகதையை திரைக்கதை வடிவம் செய்தார். அது திரைவடிவம் பெறாமலே நின்றுபோனது. இவரது கதைகளை அவர் காலத்திலேயே பலர் திரைப்படமாக்க முயற்சித்து அவரிடம் அனுமதி பெற்று, சில திரைக்கதைகள் வடிவமைக்கப்பட்டும், திரையில் வெளியிட முடியாமல் நின்றுபோனதும் உண்டு. 'நான் இருக்கிறேன்' திரைக்கதை வடிவத்தை உங்களுக்குத் தருவதில் பெருமை கொள்கிறேன்.

வர்த்தகமயமான நவீன தொழில்நுட்பத்தில் திளைக்கும் இன்றைய திரையுலகில், திரை வடிவமைப்பில் தனிச் சாதனை புரியவிருக்கும் இளம்தலைமுறையினருக்கு இக்கதை, திரைக்கதை வடிவம் ஒரு பாடமாக, திரைப்படப் பயிற்சி மாணவர்களுக்கு அளிக்கலாம்.

இதனைத் தொகுத்து வழங்கும் அவரது புதல்வர் ஜெ.ஜெயசிம்மனுக்கு நன்றிகூறும் திரையுலகம்.

அன்புடன்
கா.எழில்முத்து
ezhilmuthuannal88@gmail.com

அணிந்துரை

குறுநாவல் என்ற நவீன தமிழ் இலக்கிய வகையில் 'நான் இருக்கிறேன்' என்ற இந்தக் கதை, என் தந்தையான திரு. ஜெயகாந்தன் அவர்களால் சமைக்கப்பட்டுள்ளது.

பொதுவாக அவர் தனது கதைகள் குறித்தோ, கதாபாத்திரங்கள் குறித்தோ, அவற்றின் அடிநாதம் குறித்தோ உரையாற்றுவதில்லை. ஆனால், எனக்கு நினைவிருக்கிறது... சுமார் 30 ஆண்டுகளுக்கு முன்பு இந்தக் கதை பற்றி ஒருவரிடம் சொன்ன வருத்தமான உண்மை. இந்தக் கதையில் வரும் அந்த துரதிர்ஷ்டம் பிடித்த கதாநாயகன் பாத்திரம் உள்ளிருப்பது தான்தான். கூடுவிட்டுக் கூடு பாய்வதுபோல தன்னை அந்தக் கதாபாத்திரத்திற்குள் செலுத்திதான் இந்தக் கதையைப் படைத்ததாக மிகுந்த வேதனையுடன், உணர்ச்சிவசப்பட்டு அவர் மற்றொருவரிடம் சொன்னது இன்றளவும் என் செவிகளில் ஒலித்துக்கொண்டிருக்கிறது.

மெய்யாகவே, இந்தக் கதையைப் படித்து பல ஆண்டுகள் ஆகிவிட்டன. ஆனால், அந்தக் கதையின் நோக்கம் மிகுந்த வியப்புடையது.

அனைவரும் அருவெறுத்து விலக்கும் ஒரு நபர், இவ்வுலகத்தில் உள்ள பிறர் மீது அன்பு கொண்டாலும் அதை ஏற்பாரில்லை என்ற வருத்தமான தொனி இக்கதையில் இழையோடுகிறது. இப்படிப்பட்ட ஒரு நபர் எங்கேயாவது வாழ்ந்துள்ளாரா? இச்சம்பவம் நடைபெற்றிருக்குமா? என்றால் நிச்சயமாக அது திரு. ஜெயகாந்தனின் மனக்களத்தின் பரப்பில் நிகழ்ந்த ஓர் அரிய அன்பு குறித்த சிந்தனையின் விளைவு எனலாம்.

ஜெயகாந்தனின் எல்லா கதைகளையும் முடிந்தால் வாசித்துப் பாருங்கள். அவை ஒரு லட்சிய உலகத்துக்கு அழைப்பு விடுக்கும் அறைகூவலின் வெளிப்பாடுகள் என்ற உண்மை புலப்படும்.

'அங்கமெலாம் குறைந்தழுகி ஆவுரிந்து தின்றமுறும் **புலையாரேனும் கங்கைவார் சடைக்கரந்தார்க்கு** அன்பராகில் அவர் கண்டீர் நாம்

வணங்கும் கடவுளாரே' என்ற தமிழ்ப்பதிகத்தின் உரைநடை விளக்கம் இக்கதையா? என்று என்னை எண்ண வைக்கின்றது.

எது எப்படியாயினும், இக்கதையை மனத்திரையில் செம்மையாக படம் பிடித்துக் காட்ட இவ்வடிவம், கலை பயிலும் எவருக்கும் உதவும் என்பதில் மாற்றுக்கருத்துக்கு இடம் இல்லை.

இக்கதை திரைக்கதையை நல்லமுறையில் வெளிக் கொணர பேருதவி செய்த நண்பர் எழில்முத்து, அவர்களுக்கும், புத்தக வடிவில் இதனை அழகுமிளிரக் கொண்டுவரும் 'டிஸ்கவரி பப்ளிகேஷன்ஸ்' பதிப்பகத்தாருக்கும் என் நன்றி உரித்தாகுக!

உங்கள் அன்பு,
ஜெ.ஜெயசிம்மன்
தொடர்பு எண்
044-23723772
9176065471

சிறுகதை

நான் இருக்கிறேன்

அந்தச் சத்திரத்தின் வாசற்கதவுகள் சாத்தி, பூட்டப்பட்டிருக்கும். பூட்டின்மீது ஒரு தலைமுறைக் காலத்துத் துரு ஏறி இருக்கிறது. கதவின் இடைவெளி வழியாகப் பார்த்தால் உள் சுவர்களைகிழித்துக் கொண்டு கம்பீரமாய் வளர்ந்துள்ள ஆலஞ்செடிகளும் காடாய் மண்டிக்கிடக்கும் எருக்கும், புதர்களும் தெரியும். M.P. சத்திரத்துக்கு எதிரே அதாவது, சாலையின் மறுபுறத்தில் நான்குபுறமும் படித்துறையுள்ள ஆழமில்லாத குளம்: குளத்திற்கு அப்பாலும், குளத்தைச் சுற்றிலும் செழிப்பான நஞ்சை நிலப்பகுதி, வரப்பினூடே நடந்து ஏறினால் சற்றுத்தூரத்தில் ரயில்வே லைன் மேட்டுப்பகுதி. ரயில்வே லைனுக்கு மறுபுறம் 'இந்தப்பக்கம் செழித்துத் தலையாட்டிக் கொண்டிருக்கும் பயிர்களை வளர்த்ததன் பெருமை என்னுடையதுதான்' என்று அலையடித்துச் சிலுசிலுக்கும் ஏரி நீர்ப்பரப்பு கண்ணுக்கெட்டிய தூரம் பரந்து கிடக்கிறது.

அதற்கப்புறம் ஒன்றுமில்லை: வெறும் தண்ணீர்தான். தண்ணீர்ப் பரப்பின் கடைக்கோடியில் வானம்தான். தண்ணீரும், வானமும் தொட்டுக் கொண்டிருக்கும் இடத்தில் நிலவின் பெருவட்டம் மங்கிய ஒளியை ஏரிநீரில் கரைத்து மிதந்துகொண்டிருக்கிறது... நிலவு மேலே ஏறஏற அதன் உருவம் குறுகிச் சிறுத்தது: ஒளி பெருகிப் பிரகாசித்தது. ஒரு கோடியில் எழுந்து ரயில்வே லைன் மேட்டின் மேலேறிய நிலவின் வெளிச்சம் மறுகோடியில், சத்திரத் திண்ணையில் உட்கார்ந்து உணவருந்திக் கொண்டிருந்த அந்த வியாதிக்காரப் பிச்சைக்காரனின் புத்தம்புதிய தகரக் குவளையின்மீது பட்டுப் பளபளக்க, அதன் பிரதிபிம்பம் அவன் முகத்தில் விழுந்தது.

திண்ணையில் அவனைத் தவிர யாரும் இல்லை. அவன் அந்தத் தனிமையிலும், தகரக்குவளையில் ஊறிக்கிடந்த ரசத்து வண்டல் சோற்றிலும் லயித்து தன்னை மறந்து மகிழ்ச்சியுடன் பாடிக்கொண்டே ஒவ்வொரு கவளமாகச் சாப்பிட்டான். அவன்

பார்வை நிமிர்ந்து நிலவில் பதிந்திருந்தது. வாய் நிறைய சோற்றுடன் அவன் பாடுவது தெளிவாய் ஒலிக்கவில்லை. கேட்கத்தான் அங்கு வேறு யாரிருக்கிறார்கள்!

தகரக்குவளையை வழித்து நக்கி சுற்றிலும் இறைந்துகிடந்த ஒவ்வொன்றாய் பொறுக்கி விரலோடு சேர்த்து இரண்டு கைகளாலும் தகரக்குவளையை இடுக்கி எடுத்துக்கொண்டு சாலையின் குறுக்காய் குளத்தை நோக்கி நடந்தான். கால் விரல்களுக்குப் பிடிப்பு இல்லாததால் குதிகால்களை அழுந்த ஊன்றி தாங்கித் தாங்கித்தான் அவனால் நடக்க முடியும். குளத்தின் மேல்படியில் காலிலிருந்த கான்வாஸ் ஷூ நனையாமல் நின்றுகொண்டு தகரக்குவளையை அலம்பி ஒரு குவளைத் தண்ணீரைக் குடித்தான். தண்ணீரை 'மடக் மடக்'கென்று குடிக்கும்போது அவசரத்தில் குவளைக்கும் வாய்க்குமிடையே இரண்டு பக்கத்திலும் தண்ணீர் வழிந்து அவன் மேலிருந்த கோட்டின் காலரை நனைக்கவே, அவசர அவசரமாக தண்ணீரைத் தட்டிக்கொண்டே கோட்டின் மார்புப் பையிலிருந்த பீடியையும் நெருப்புப் பெட்டியையும் எடுத்து வேறு பைக்கு மாற்றிக் கொண்டான். மேலேறி வந்தபிறகு தகரக்குவளையை கீழே வைத்துவிட்டு நின்று ஒரு பீடியை பற்றவைத்துக் கொண்டான். புகையோடு சேர்த்துத் திருப்தியுடன் ஏப்பம் விட்டவாறு அவன் முனகிக் கொண்டான்.

"நல்லாத்தான் இருக்கு..." என்று வாய்விட்டு முனகிக் கொள்ளும் போதே, மனசில் 'என்ன நல்லாருக்கும்' என்று கேள்வியும் பிறந்தது.

"எல்லாம்தான். தோ... இந்த நெலா, இந்த குளம்... அடிக்கிற காத்து. குடிக்கிற தண்ணீ... பசி, சோறு, தூக்கம் எல்லாந்தான். வாழ்க்கை ரொம்ப நல்லா இருக்கு... பீடி சொகம் ஒண்ணு போதுமே!" என்று, நெருப்பு கனியக்கனிய புகையை வாய் நிறைய இழுத்து ஊதினான். சிறிதுநேரம் நின்று ஏதோ யோசனைக்குப்பின் சத்திரத்துத் திண்ணைக்கு வந்து ஒரு மூலையில் தகரக்குவளையைக் கவிழ்த்து வைத்துவிட்டு, சுவரோரமாக கிடந்த கந்தல் துணியால் தரையைத் தட்டிவிட்டு உட்கார்ந்தான்.

"உலகம் எவ்வளவு அழகாயிருக்கு! இதைப் பார்க்குற எம்மனசு சந்தோஷப்படுது. ஆமா, எல்லாப் பொருளும் பாத்தவங்க மனசை சந்தோஷப்பட வைக்கும்போது நான்... நான்? என்னைப் பார்த்தவுடனே ஒவ்வொருத்தர் முகத்திலும் ஏற்படுற மாற்றம் இருக்கே, வியாதியாலே மரத்துப்போன என் உடம்புக்குத் தெரியாத வேதனை, பாவம்! அவங்க மனசுக்குத் தெரியுது. அன்னக்கி ஒரு நாளு, ஒரு வீட்டுக்கு முன்னாடி போயி 'அம்மா தாயே! பசிக்குது'ன்னு

நின்னப்ப சாப்பிட்ட எச்சில் இலையைக் கொண்டு வந்து போட்ட ஒரு பொண்ணு என்னைப் பார்த்துட்டு வாந்தி வர்றா மாதிரி குமட்டிக்கிட்டு உள்ளே ஓடிப்போனப்புறம், ஒரு ஆளுவந்து எட்டிப் பார்த்துட்டு சொன்னானே... ‘அம்மா, வெளியே ஒரு தரித்திரம் வந்து நிக்குது, ஏதாவது போட்டு அனுப்பு. இவனெல்லாம் ஏன்தான் உசிரை வச்சிக்கிட்டு இருக்கானோ, இந்தத் தீராத நோயோட’ன்னு...

‘அந்த வார்த்தையைக் கேட்டவுடனே, அங்கே நிற்கமுடியாம திரும்பினப்போ, ‘இந்தாப்பா பரதேசி’ன்னு கூப்பிட்ட அந்தக் குரல் இருக்கே, அதிலே இருந்த ஆறுதல்தான் உலகத்திலே வாழணும்னு ஆசை குடுத்துச்சி... ராமலிங்கசாமி மாதிரி காதோரத்தில முக்காட்டுத் துணியைச் செருகிக்கிட்டு கையில் சோத்தோட எதிரில் நின்னு ‘என் பையன் கொஞ்சம் வாய்த்துடுக்கு... சாகறதும் இருக்குறதும் நம்ம கையிலா இருக்கு’ன்னு சொல்லிக்கிட்டே கொவளையில சோத்தைப் போட்டாங்க... நான் அந்த அம்மா முகத்தையே பார்த்துக்கிட்டு நின்னேன். தன் மகனைப் பார்த்து, ‘நீ சாகக்கூடாதா’ன்னு யாரோ கேட்டுட்டமாதிரி அவங்க கண்ணிலேருந்து தண்ணீ கொட்டிட்டேயிருந்தது.

அன்றைக்குப் பிறகு அவன் பகலில் பிச்சைக்குப் போவதில்லை. இருட்டிய பிறகு, யார் கண்ணிலும் படாமல் தலையில் முக்காடிட்டுக் கொண்டுதான் போவான். மூன்று வேளைக்கும் முதல் நள்ளிரவு எடுத்த பிச்சைதான். சில நாட்களில் அதுவே அதிகமாகி அடுத்த நாளைக்கு இருந்துவிடுவது உண்டு.

தூணில் சாய்ந்து உட்கார்ந்திருந்த பிச்சைக்காரன், நிறைவாக இருந்த வயிற்றை தடவி விட்டுக்கொண்டான். “சாப்பாடு கொஞ்சம் அதிகம்தான்...” என்று மறுபடியும் ஒரு ஏப்பம் விட்டவாறு, “முருகா” என்று எழுந்தான். தரையில் விரித்த கந்தலை எடுத்து தலையில் முண்டாசாகக் கட்டினான். மூலையிலிருந்த தடியை எடுத்துக் கொண்டு ஏரிக்கரையை நோக்கி நடந்தான்.

“ம்... உடம்பிலே வியாதி இருந்தா என்னா? உசிரு இருக்குறது நல்லாத்தான் இருக்கு. நாக்குக்கு ருசியா திங்குற சொகம்: கண்ணுக்கு குளிர்ச்சியா பார்க்குற சொகம்: காதுக்கு இதமா கேட்குற சொகம்: வியாதி இருந்தால் இதெல்லாம் கெட்டுப்பூடுதா?”

ஏரிக்கரையின் ஓரமாக ரயில்வே லைன் மேட்டுச்சரிவில் தடிக்கம்பை ஊன்றியவாறு உட்கார்ந்திருந்த பிச்சைக்காரன், பீடிப் புகையை காற்றில் ஊதிவிட்டான்.

“அப்பாடா! சாப்பிட்டவுடனே வயித்தில என்னம்மா ஒரு வலி! திங்கறதிலே ஒண்ணும் சொகமில்லே: ஆனா? தின்னாத்தான்

சொகம். ஒடம்பிலே சேத்துக்கறதா சொகம்! உடம்பிலேருந்து எல்லாத்தையும் போக்கிக்கிறதிலேதான் சொகம். உடம்பையே போக்கிக்கிட்டா?... சொகந்தான்! ஆனா உடம்பிலே இருக்கிற சொரணையே போயிட்டா. சொகம் ஏது?"

இப்பொழுது அவன் முழங்காலளவு தண்ணீரில் நின்றுகொண்டு வானத்தை அண்ணாந்து பார்த்தான். நிலவும், நட்சத்திரங்களும் அவன் கண்களுக்கு அழகாகத்தான் தெரிந்தன.

'ம்... தோ... அதுதான் சப்தரிஸி மண்டலம்... அந்த நாலு நட்சத்திரம் சதுரமா இருக்கு: அதுக்கு ஓரமா வாலுமாதிரி மூணு நீட்டிக்கிட்டே இருக்கே, அந்த மூணுல நடுவால இருக்குதே, அதுக்குத் தள்ளி மங்கலா... அதான் அருந்ததி நட்சத்திரம்... சர்தான், நமக்கு ஆயுசு கெட்டி! அருந்தி தெரியுதே... அம்மாஞ் சுளுவா எல்லோருக்கும் தெரியுமா அது? லேசா எழுதி கலைச்சிட்ட மாதிரி... புள்ளி, மானத்திலே இருக்கா, கண்ணுலே இருக்கான்னு கண்ணைக் கசக்கிக்கிட்டு, எங்கேயுமில்லேன்னு சொல்லிடுவாங்க பல பேரு... அருந்ததியைப் பார்த்தவனுக்கு ஆறு மாசத்துக்குச் சாவு இல்லேம்பாங்க...'

நிலவொளியில் பளபளத்துக் கொண்டிருக்கும் ஏரிநீரில் புரண்டு எழுந்து குளுமை பெற்று வரும் தென்றல் காற்று, அந்த வியாதிக் காரன் உடலையும் தழுவத்தான் செய்தது. நீரின் அலைகள், சின்னஞ் சிறு கால்கள் சலங்கை அணிந்து சதிராய் நடந்துவருவதுபோல் கரையில் மோதி மோதி தளதளக்கும் இனிய நாதத்தை அவன் செவிகளும் கேட்டன. கரையோரத்தில் அடர்ந்து வளர்ந்திருந்த காட்டுப் பூக்களின் நெடிமிக்க போதை மணம் அவனது நாசியையும் துளைக்கத்தான் செய்தது... அவன் வாழ ஆசைப்படுவதில் என்ன தவறு?

வெகுநேரத்திற்குப் பிறகு தண்ணீரிலிருந்து கரையேறி வந்து, அங்கு கழற்றிப் போட்டிருந்த கான்வாஸ் ஷூஸை எடுத்துக் குனிந்து நின்று காலில் அணிந்துக்கொண்டான். அப்படியே அவன் தலை நிமிரும்போது... எதிரே...

நீண்டுசெல்லும் இருப்புப் பாதையில் வளைந்து திரும்பும் அந்தக் கண்ணுக்கெட்டிய எல்லையில் வெளிச்சம் தெரிந்தது... ஒரு துண்டு வெளிச்சம்தான். அந்த ஒளிக்கீற்றின் அசைவால் தரையில் செல்லும் இருப்புப் பாதையிலும், வானில் செல்லும் தந்திக் கம்பிகளிலும் ஒரு ஜொலிப்புத் துண்டம் விட்டுவிட்டுத் தாவிச் செல்வது போலிருந்தது. தூரத்தில் ரயில் வருகின்ற ஓசை லேசாகக் கேட்டது.

"அடேயப்பா! மெயிலு வரானே? மணி பன்னென்டா ஆயிடிச்சு!" என்று தண்டவாளத்தைக் கடப்பதற்காக கைத்தடியைச்

சரிவில் ஊன்றித் தட்டுத் தடுமாறி ரயில்வே லைன் மேட்டின்மீது ஏறும்போது தூரத்தில்...

நீண்டுசெல்லும் இருப்புப் பாதையில் வளைந்து திரும்பும் கண்ணுக் கெட்டிய எல்லையில் இரண்டடி உயரத்திற்கு, வெள்ளையாய் அசைகின்ற உருவம்... ஏதாவது மிருகமா? அல்லது...

கால்களை மண்டியிட்டு தரையில் ஊர்ந்துவந்த அந்த மனித உருவம், ரயில்வே லைனின்மீது ஏறியதும் எழுந்து நின்றது. சுற்றிலும் ஒருமுறை பார்த்து, தன் பின்னால் பிச்சைக்காரன் வரும் திசையைப் பார்க்கத் திரும்பியபோது அதற்குள் நிற்க முடியாமல் கால்கள் நடுங்க, மெல்ல கைகளைத் தரையில் ஊன்றித் தண்டவாளத்தின் மீது உட்கார்ந்துகொண்டது. பிறகு உறுதியுடன் இரண்டு தண்டவாளங் களுக்கும் குறுக்காக விறைத்து நீட்டிப் படுத்துக்கொண்டது.

“அடச்சே. மனுசப்பயதான்டோய்! உசிரே வெறுத்திட்டான் போல... ஐய்யயோ! உங்களுக்கு ஏன்டா புத்தி இப்படி போவுது? வெளிச்சம் வேகமா வருதே?” என்று பதறியவாறு, விரல்களில்லாத பாதங்களுக்குப் பாதுகாப்பாய் இருந்த கான்வாஸ் ஷூஸ் தேயத்தேய இழுத்தவாறு தாவித்தாவி ஓடிவந்த பிச்சைக்காரனின் செவிகளில் தூரத்து ரயில் சத்தம் பேரோசையாய் கேட்டது.

ரயிலின் ஓசை சமீபித்துவிட்டது. பிச்சைக்காரன் ஓடிவந்த வேகத்தில், கண்களை இறுகி மூடித் தண்டவாளத்தின் குறுக்காக விறைத்து நீட்டிக்கிடந்தவன் விலாவுக்கடியில் கைத்தடியைக் கொடுத்து, மயானத்தில் பிணத்தைப் புரட்டுவதுபோல் நெம்பித் தள்ளினான். அவனைத் தள்ளிய வேகத்தில், வியாதிக்காரன் இரண்டு உள்ளங்கைகளாலும் பற்றிப் பிடித்திருந்த கைத்தடி எகிறி விழுந்தது. தண்டவாளத்திலிருந்து உருண்டு எழுந்த அந்த இளைஞன் ஒன்றும் புரியாமல் எதிரிலிருப்பவனை வெறித்து விழித்தான். மறுபடியும் தன்னைத் தள்ளிவிட்டு அவன் ரயிலின் முன்னே போய் விழுந்து விடுவானோ என்ற பயத்துடன் தனது கைகள் இரண்டையும் அகல விரித்துக்கொண்டு, அவன்மீது பாய்வதுபோல் நின்று, “வேணாம் ஐயா வேணாம்! உசிரு போனா வராது...” என்று கெஞ்சினான் வியாதிக்காரன். அவன்முன்னே இரண்டு கால்களும் வெடவெடக்க உடலே நடுங்க நின்றிருந்தான் அந்த இளைஞன்.

அப்பொழுது ‘ஹோ’வென்ற பேரிரைச்சலோடு வந்த மெயில் வண்டி, அந்த இருவரின்மீது தன் நிழலை ஏற்றி இழுத்தவாறு கடகடத்து ஓடியது. ரயிலின் பேரோசை அருகே அதிர்ந்து நகரும் வரை மௌனமாய் நின்றிருந்த இருவரும், ரயில் அவர்களைக் கடந்து போனபின் அதன் பின்புறத்தைப் பார்த்தனர். செக்கச்சிவந்த ஒற்றை

விளக்கு ஓடி ஓடித் தூரத்தில் மறைந்தது. நின்றிருந்த இளைஞன் கால்கள் நிலைக்காமல் உட்கார்ந்து கொண்டான். வியாதிக்காரன் கையிலிருந்து எகிறிப் போன கைத்தடியை தேடி எடுத்துக்கொண்டு வந்தான். "யோவ்! உன்னைச் சொல்லிக் குத்தமில்லை ஐயா... இந்த எடத்து ராசி அப்படி! ஆமா, இந்த எடத்துக்கு ஒரு காவு வேணுமின்னு இருக்கு. ஒண்ணு ரெண்டுன்னு உன்னோட மூணு ஆச்சு. நாளைக்கு பொழுது விடியட்டும். ரெண்டு எலுமிச்சம்பழத்தையாவது வாங்கி வெக்கணும். முந்தாநாளு அப்படித்தான் ஏரிக்கரையிலே யாரோ ஒரு அம்மாவும் ஐயாவும் கொழந்தையை விட்டுட்டு கட்டுச்சோத்தை அவிழ்த்து வச்சி சாப்பிட்டுக்கிட்டு இருந்தாங்க... அதுக்கென்ன தெரியும்_ பச்சைப் புள்ளை! நடந்து நடந்து வந்து தண்டவாளத்திலே ஏறிட்டது... இந்த இடம்தான் ரயிலு வர்ற நேரம். அப்புறம், நான் பார்த்துட்டேன்... வேற யாரையும் காணோம். சர்தான், ஆபத்துக்குப் பாவமில்லேன்னு தொட்டுத் தூக்கிட்டேன்..." என்று சொல்லிவிட்டு ஒரு நொடி மௌனமாக நின்றான். பிறகு எதையோ நினைத்து பெருமூச்சுடன் "ம்... இருக்காதா பெத்தவங்களுக்குத்தான் புள்ள அருமை!" என்று, தன் நினைவுக்கு அவனே சமாதானம் சொல்லிக் கொண்டு தொடர்ந்தான். "எதுக்குச் சொல்லவந்தேன்னா, இந்த இடத்து ராசி அப்படி. இன்னக்கிக் காத்தாலகூட ஒரு எருமை மாடு ஆபத்துன்னு வந்தா மனுசனுக்கே புத்தி மாறிப்பூடுது, எருமை என்னா பண்ணும்? கூட்ஸுவண்டி வந்துட்டான். இஞ்சினுக்காரன் ஊதறான்... ஊதறான். இது என்னடான்னா, லைனைவுட்டு நவுறாம, நேரா ஓடிக்கின்னே இருக்குது. அவன் வந்த வேகத்துல பிரேக் போட்டா புடிக்காதா என்ன எழவு?... ரயிலு ஓடியாருது. எருமையும் ஓடுது. நானு ஒரு பக்கத்தில் ஓடி, கல்லுங்களை எடுத்து அடிச்சுக்கின்னே இருக்கேன். அப்புறம், சும்மா ஒரு மயிரிழையில் தப்பிச்சதுன்னு வெச்சிக்கய்யேன்..." என்று, அந்த இடத்தின் ராசியை விவரித்தான் வியாதிக்காரன்.

அந்த இளைஞன் தலையைக் குனிந்து மௌனமாய் உட்கார்ந்திருந்தான். வியாதிக்காரன் ஒரு பீடியை எடுத்து பற்றவைத்துக் கொண்டான். "நா ஒருத்தன் இந்தப் பக்கந்தானே சுத்திக்கிட்டிருக்கேன். இப்ப என்னடான்னா, ஏதாவது ஆடு கீடு வந்து நிக்குதோன்னு ஓடியாந்தேன்... நல்லவேளை, ஒரு மனுஷன சாவுலேருந்து தடுத்தாச்சு... ம்... நாம்பளா தடுக்குறோம்?... ஒனக்கு இன்னமு ஆயுசு இருக்கு... என்னம்மோ, தடுக்கனும்ன்னு இருக்கு, தடுத்தாச்சி... இல்லாட்டி, மனுசன் தடுத்தா வர்ற சாவு நின்னுடவாப் போவுது?" என்று வாயில் புகையும் பீடியுடன் தோளில் கிடந்த துண்டை எடுத்துத் தலைப்பாகையாய் சுற்றிக்கொண்டான். பிறகு, மண்ணில் தலை குனிந்தவாறு காலை மடக்கிப்போட்டு

உட்கார்ந்திருந்த அந்த இளைஞனை மௌனமாக உற்றுப் பார்த்தான். அவன் அழகாக இருந்தான்: நல்ல நிறம். தலைமயிர் நிலா வெளிச்சத்தில் கருகருவெனப் பளபளத்தது. வெள்ளை ஷர்ட்: எட்டுமுழ வேட்டி உடுத்தியிருந்தான். அவன் தன்னைப் போல் பரம் ஏழையோ, பிச்சைக்காரனோ, வியாதிக்காரனோ அல்லவென்று தோன்றியது. வறுமையோ, பட்டினிக் கொடுமையோ அந்த இளைஞனிடம் தெரியவில்லை. 'பின் எதற்காக தற்கொலை செய்துகொள்ள வந்தான்?'' என்று தெரிந்துகொள்ளத் துடித்தது வியாதிக்காரனுக்கு.

"சர்த்தான். எந்தரிச்சி வாய்யா! தோ... அங்கே சத்திரத்துத் திண்ணையிலே போய்க் குந்துவோம்... இந்தச் சத்திரம் இருக்கே..." என்று பேசிக்கொண்டே நடந்து திரும்பிப் பார்த்தான் பிச்சைக்காரன். அவன் இன்னும் எழுந்தரிக்காமல் தூரத்தில் உட்கார்ந்திருப்பதைக் கண்டான். "என்னய்யா, குந்திக்கின்னே இருக்கியே? இனிமே அடுத்த ரயிலு காத்தால ஆறு மணிக்கு வடக்கே போற பார்சலுதான்: வா போவோம். ஒலகத்துல மனுசன்னு பொறந்துட்டா கஸ்டமும் இருக்கும்: சொகமும் இருக்கும். கஸ்டத்துக்குப் பயந்து செத்துப்பூட்டா, சொகத்தை அனுபவிக்கிறது யாரு? கஸ்டத்தைப் பார்த்து சிரிக்கனும்ய்யா. ஏன்னா, கஸ்டம் வருதுன்னா பின்னாடி சொகம் காத்துக்கிட்டு இருக்குன்னு அர்த்தம்... ம், எழுந்திரு, போகலாம்..." என்று உற்சாகமாகப் பேசும் பிச்சைக்காரனை நிமிர்ந்து பார்த்து, கலங்குகின்ற கண்களோடு முகத்தில் பரிதாபகரமான புன்சிரிப்போடு அந்த இளைஞன் எழுந்திருப்பதற்கு முன்னால் கை நீட்டினான்.

'தெய்வமே!... இவன் கையைப் புடிச்சு நான் தூக்குறதாவது?'' என்று விலகிக் கொண்டான் பிச்சைக்காரன். அந்த இளைஞன் தன் முயற்சியால் கைகளை ஊன்றி ஒருவாறு எழுந்து நின்றான். பிறகு நிதானித்து, காலைப் பதனமாக ஊன்றி மறுகாலை உயர்த்தும்போது தடுமாறி விழ இருந்தவன், பிச்சைக்காரனின் தோள்களைப் பிடித்துக்கொண்டு நின்றான். அவன் பிடித்த வேகத்தில் நிலைகுலைந்த பிச்சைக்காரன் சமாளித்தவாறு, அப்பொழுதுதான் அந்த இளைஞனின் கால்களைப் பார்த்தான். அவை பார்ப்பதற்கு ஒழுங்காக இருப்பன போன்று தோன்றின: என்றாலும் முழங்காலில், தொடைகள் சேர்கின்ற இடம் முழுவதும் முழங்கால் மூட்டுகள் உறுதியற்று நடுங்கிக் கொண்டிருந்தன. முழங்காலுக்குக் கீழே நான்கு புறமும் மடங்கும்தன்மையுடன் கால்கள் தொளதொளத்து சூம்பிக் கிடந்தன.

சற்று நேரத்திற்குமுன் தூரத்துப் பார்வைக்கு இரண்டடி உருவமாய் குறுகித் தெரிந்த அந்த உருவம் நினைவுக்கு வந்தது பிச்சைக்காரனுக்கு.

அந்த இளைஞன் நடக்க முடியாமல் மண்டியிட்டுத் தவழ்ந்து வந்திருக்கிறான் என்பதை யூகித்து, "இந்தாய்யா! இந்தக் கம்பை வச்சிக்கிட்டு நடக்கிறியா?" என்று கைத்தடியைக் கொடுத்தான்.

"ஊஹூம். முடியாது. இப்படியே வரேன்... நீ நடந்தா நானும் வருவேன்..." என்று அவன் தோள்களை இறுகிப் பற்றியவாறு கூறினான் நொண்டி.

வியாதிக்காரன் லேசாகச் சிரித்தான். "கம்பு இல்லாம நானும் நடக்க முடியாது... இருந்தாலும் சமாளிச்சிடலாம்னுதான் குடுத்தேன்... கையிலே கம்பு இருந்தா உன்னைத் தூக்கிட்டுக்கூட நடப்பேன்... வா போவோம்" என்று, கைத்தடியை பூமியில் உறுதியாய் ஊன்றித் தாங்கித் தாங்கி நடந்த வியாதிக்காரனின் தோளில் தொங்குவதைப் போல் பிடித்துக்கொண்டு ஊனக்கால்களை தத்தித் தத்தி இழுத்தவாறு நகர்ந்தான் நொண்டி.

"ஐயா..."
"ம்..."
"ரொம்ப பாரமா இருக்கேனோ?...உம்...உம்...பார்த்து..."

"அதெல்லாம் ஒண்ணுமில்லே... பயப்படாம வா..."

"இப்படி எல்லாருக்கும் பாரமாயிருக்கப் பிடிக்காமத்தான்..." என்று விம்மினான் நொண்டி.

"உசுரையே வுட்டுடலாம்னு பாத்தியா? ஏய்யா எப்பப் பார்த்தாலும் உன்னைப் பத்தியே உனக்கு நெனப்பு...?"

"என்னால எல்லோருக்கும் கஷ்டம்தான்..."

அவர்கள் இருவரும் தட்டுத் தடுமாறிப் போய்க் கொண்டிருந்தார்கள்.
நொண்டியும் வியாதிக்காரனும் நிலா வெளிச்சம் இறங்கிக் கொண்டிருந்த திண்ணையில் படுத்திருந்தனர். வியாதிக்காரன் பாதி படுத்தும் பாதி படுக்காமலும் தூணில் சாய்ந்து கால்களை நீட்டிக்கொண்டு பீடி புகைத்துக் கொண்டிருந்தான்.

"பீடி குடிக்கிறயா ஐயா?"

"வேண்டாம், பழக்கமில்லை" என்று குப்புறப்படுத்திருந்த நொண்டி பதில் சொன்னான். திடீரென்று குப்புறக்கிடந்த முகத்தைத் திருப்பி வியாதிக்காரனைக் கேட்டான் நொண்டி: "கஷ்டத்துக்கு அப்புறம்தான் சொகம்னு சொன்னியே... எனக்கு இனிமே ஏது சொகம்? சொகமே வராதுன்னு தெரிஞ்சும் எதுக்கு நான் இருக்கனும்?"

"சொகமே வராதுன்னு முடிவு சொல்றதுக்கு நீ யாரு? கஷ்டம் வரப்போகுதுன்னு நீயா முன்கூட்டியே சொன்னே? அது திடீர்னு

வந்தமாதிரி இது வராதா!... அதெல்லாம் அவன் பார்த்துச் சொல்லனும்“ என்று வானத்தை நோக்கிப் புகையை ஊதினான் வியாதிக்காரன்.

வியாதிக்காரனுக்கு தான் சொன்ன பதில் நொண்டியின் மனச் சமாதானத்துக்குத்தான் என்று தெரிந்தது.

“சாகப்படாது ஐயா... அதான் ஒரு நாளைக்கு எல்லாருமே சாகப்போறோமே... அதுவரைக்கும் இருந்துதான் சாவோமே...” என்று சமாதானம் கூறினான். “அது சரி: நீ பாட்டுக்கு சாகறத்துக்கு வந்துட்டியே... உனக்கு தாயி, தகப்பன், குடும்பம்னு ஒன்னுமில்லையா? என்னை மாதிரி அனாதைதானா?” என்றான் வியாதிக்காரன்.

“அம்மா...!” என்று பெருமூச்செறிந்தவாறு எழுந்து உட்கார்ந்த நொண்டி, சில விநாடிகள் மௌனமாய் தலைகுனிந்திருந்துவிட்டு விம்மி விம்மி அழ ஆரம்பித்தான்.

“வருத்தப்படாதே ஐயா” என்று ஆறுதல் கூறினான் பிச்சைக்காரன். முகத்தைத் துடைத்துக் கொண்டு சொன்னான் இளைஞன்:

“அதோ தெரியுது பாரு” ரயில்வே லைனுக்கு நேரே வரிசையாகத் தெரியும் வீடுகளின் கொல்லைப்புறத்தைக் காட்டி, “அங்கேதான் எனக்கு வீடு. அம்மா இருக்காங்க. தம்பி இருக்கான். தம்பிக்கி கல்யாணமாகி கொழந்தைகள்கூட இருக்கு. என்னால்தான் யாருக்கும் உதவியுமில்லே, சந்தோஷமுமில்லே. நான் வயித்திலே ஜனித்ததிலிருந்து எங்கம்மா என்னை சுமந்துக்கிட்டே இருக்காங்க. அம்மாவுக்கு ஒரே நம்பிக்கை. எனக்கு காலு வந்துடும்னு... எப்பப் பார்த்தாலும் தம்பிக்கிட்டே ‘அந்த டாக்டரைப் பார்க்கனும், இந்த டாக்டரைப் பார்க்கணும்’னு பணத்தை வாங்கிக்கிட்டு, டாக்டரைப் பார்த்ததுதான் மிச்சம். அவன் என்ன பண்ணுவான்? வரவர தம்பியும் குடும்பஸ்தனாக மாறி பிள்ளைகளும் பொண்டாட்டியுமா ஆனப்புறமும் நான் ஒரு சொமையா இருக்குறதா? எனக்காக அம்மாவும் தம்பியும் தினமும் சண்டை போடுறாங்க. தம்பி கோவத்துல என்னை ‘நொண்டி’ன்னு சொல்லிட்டான். அம்மா, ‘ஓ’ன்னு அழுதுட்டாங்’ என்று நொண்டி சொல்லும்போது வியாதிக்காரனின் மனசில், ராமலிங்கசாமி மாதிரி காதோரத்தில் முக்காட்டுத் துணியைச் செருகிக்கொண்டு ‘பரதேசி’ன்னு கூப்பிடும் அந்தக் குரலும் முகமும் தோன்றின. நீட்டிய கால்களின் முழங்கால் மூட்டுகளைப் பிசைந்துகொண்டே சொன்னான் நொண்டி.

“நேத்து, ஏதோ நாட்டு வைத்தியர் இந்தமாதிரி குறையெல்லாம் தீத்துவைக்கிறான்னு யாரோ சொன்னாங்க. அம்மா கையிலே

இருந்த காசை முந்தானையிலே முடிஞ்சுசண்டு 'வாடா'ன்னு உசிரை வாங்கி என்னை அழச்சிண்டுப் போறப்ப நான் என்ன பண்ணுவேன், சொல்லு. சரின்னு அம்மா தோள்ல தொத்திண்டுப் போனேன். அந்த வைத்தியன் இருக்கிற இடம் நாலு மைல் இருக்கு. பஸ்ஸிலே தான் போகணும். போனோம்... அம்மா ஆசையிலே, வழக்கம்போல இல்லாம ஒரே தடவையிலே மண்ணு விழுந்துட்டுது... என் காலைப் பார்த்துட்டு முடியாதுன்னுட்டான் அவன். 'இவன் ஒண்ணும் நல்ல வைத்தியன் இல்லே... ஊரை ஏமாத்திறவன்'ன்னு ஒரே நிமிஷத்திலே, அவன் பல நாளா சூட்டிண்டிருந்த புகழ் மாலையை எல்லாம் வெடுக்குன்னு பிடுங்கிண்டு 'வாடா, போகலாம்'னு என்னை அழைச்சிண்டு பஸ் ஸ்டாண்டுக்கு வந்துட்டாங்க அம்மா பஸ்ஸிலே ஒரே கூட்டம்..."

ஒரு நிமிஷம் பேச்சை நிறுத்திக் கண்கலங்க எங்கோ பார்த்தவாறு வெறித்த விழிகளுடன் நெஞ்சில் பெருகித் தொண்டையில் அடைத்த துயரை விழுங்கினான் நொண்டி. அவன் வாழ்வின்மீது கொண்ட வெறுப்புக்கெல்லாம் எந்த ஒரு நிகழ்ச்சி காரணமாய் அமைந்து அவனை சாவின் பீடத்துக்கு கொண்டு வந்து தள்ளியதோ, அந்த நிகழ்ச்சி மனசில் தெரிந்தது. அதை மனசால் பார்த்துக்கொண்டே வியாதிக்காரனிடம் விவரித்தான் நொண்டி.

அந்தக் காட்சி...

வெள்ளைப் புடவையுடுத்தி முக்காடிட்ட அந்த வயோதிகத் தாயின் தோளைப் பற்றி தன்னுடலின் முழுப்பாரத்தையும் அவள் மேலே சுமத்திக்கொண்டு, "கட்டாலே போறவன்: யாராரோ சொன்னாளேன்னு நம்பி வந்தேன். இவன் ஒண்ணும் வயித்தியன் இல்லே, பில்லி சூனியம் வைக்கிறவன்... நீ கவலைப்படாதேடா கண்ணா ! நான் உன்னை அடுத்த மாசம் வேலூர் மிஷன் ஆஸ்பத்தரிக்கி அழைச்சிண்டு போயி..." என்று அவள் ஏதோ சொல்ல வரும்போது, அவள் தோளில் நெற்றியை தேய்த்துக்கொள்வதுபோல் கண்ணீரைத் துடைத்துக்கொண்டே சொன்னான் மகன்:

"எனக்குக் காலில்லையே'ங்கற கவலைகூட இல்லேம்மா: நீ எனக்காகப் படற சிரமத்தைப் பார்த்தாதான் ரொம்பக் கஷ்டமா இருக்கம்மா" என்று, விம்முகின்ற குரலோடு அவள் தோளில் நெற்றியைத் தேய்த்துக்கொண்டே இருக்கும்போது, பஸ் வந்தது.

"கண்ணா, கெட்டியாப் பிடிச்சுக்கோ, பாத்து, பாத்து இதோ, இப்படி உட்கார்ந்துக்கோ" என்று, மகனைச் சுமந்து இழுத்தவாறு பஸ்ஸில் அவள் ஏறுவதற்குள், முன் பக்கத்தில் டிக்கட் கொடுத்துக்

கொண்டிருந்த கண்டக்டர், "ஆச்சா? எவ்வளவுநாழி?" என்று அவசரப்படுத்தினான். ஒருவாறு சிரமத்திற்குப் பின் பஸ்ஸில் ஏறியதும் எதிரில் இருந்த இருவர் உட்காரும் ஸீட்டில் மகனை பக்கத்தில் அமர்த்திக்கொண்டு உட்கார்ந்தாள் அம்மா.

பஸ் போய்க்கொண்டிருக்கும்போது அவனது தாய் சேலைத் தலைப்பிலிருந்த சில்லரையை எடுக்கும்போது, அவன் அகஸ்மாத்தாகத் திரும்பும்போது அவர்கள் ஸீட்டுக்கு மேலே எழுதியிருந்த 'பெண்கள்' என்ற வாசகம் அவன் கண்ணில்பட்டது. அப்பொழுது ஒரு ஸ்டாப்பிங்கில் பஸ் நின்றது. அழகிய இளம் பெண்ணொருத்தி பஸ்ஸில் ஏறினாள். அவளைப் பார்த்தவாறே அருகில் வந்தான் கண்டக்டர். நொண்டி ஒரு விநாடி பெண்ணைப் பார்த்தான். அவளது இடத்தில் தான் உட்கார்ந்திருப்பது உணரும் போது அவனது ஆண்மை உணர்ச்சி அவனுள் ரகசியமாக வதைப்பட்டுக் கொண்டிருக்கும் அதேசமயம், அதைச் சொல்வது போல கண்டக்டரின் குரல் ஒலித்தது: "இந்தாய்யா ஆம்பளே, பொம்மனாட்டி நிக்கிறாங்க, இல்லே?"

அந்த நொண்டி திடீரென்று கால்கள் வந்துவிட்டதுபோல் எழுந்து நின்றான். அவன் எழுந்த வேகத்தில் அந்தப் பெண் அந்த இடத்தில் உட்கார்ந்துகொண்டாள். எழுந்து நின்ற நொண்டியின் கால்கள் நடுங்கின...

"ஐயா! ஐயா!" என்ற தாயின் பரிதாபமான குரல் கண்டக்டரையும், அந்தப் பெண்ணையும், பஸ்ஸிலுள்ள அனைவரையும் ஈர்த்தது. இன்னொருவர் சொல்லி தன் காதால் கேட்கப்பெறாத அந்த வார்த்தையை அவளே சொல்லவேண்டிய நிர்ப்பந்தம்... "ஐயா! அவன் நொண்டி ஐயா! நிற்க முடியாதையா..." என்று சொல்லிக் கண்களில் வழிந்த கண்ணீருடன் எழுந்து தன் இடத்தைக் காட்டி, "கண்ணா, நீ இப்படி உட்காந்துக்கோடா" என்று சொல்லும்போது தடுமாறி விழ இருந்த மகன், தாயின் தோளைப் பிடித்துக்கொண்டு சொன்னான்: "இல்லேம்மா, நான் நிப்பேன்."

"உன்னால முடியாது கண்ணா" என்று அந்தப் பெண்ணின் பக்கத்தில் மகனை உட்காரவைத்து அந்தத் தாய் நிற்கும்போது அந்தப் பெண் எழுந்து அவன் தாயிடம் மன்னிப்புக் கேட்டதுபோல், "நீங்க உட்காருங்க அம்மா" என்று வற்புறுத்திக் கெஞ்சினாள். கண்டக்டரின் முகம் அழுவதுபோல் மாறிவிட்டது. "ஸார், மன்னிச்சுக்கோங்கோ, எனக்கு முதல்லே தெரியலே ஸார்..." என்று நொண்டியிடம் குனிந்து சொன்னான். நொண்டி யாருக்கும் ஒன்றும் பதில் சொல்லாமல், யார் முகத்தையும் பார்க்காமல், பக்கத்தில் அமர்ந்திருந்த தாயின்

பின்னால் ஒரு குழந்தையைப் போல் முகம் புதைத்து, அழுகையை அடக்கி, நெற்றியை அவள் தோளில் தேய்த்துக்கொண்டேயிருந்தான்.

பஸ் போய்க்கொண்டிருந்தது. பஸ்ஸிலிருந்த எல்லோரின் அனுதாபமும் அவன் நெஞ்சில் கனமேற்றி அவன் உயிரையே அரிப்பதுபோல்...

நொண்டி சொல்லிக்கொண்டிருந்ததை எல்லாம் மௌனமாய்க் கேட்டவாறிருந்த வியாதிக்காரன் தன்னைப்பற்றி சிந்திக்க ஆரம்பித்தான்.

'இவனுக்கு இன்னும் வயசு இருக்கு, வாழ்க்கை இருக்கு. இவனுக்கு ஒரு கஸ்டம்ன்னா வருத்தப்படறதுக்கு, உதவி செய்யறதுக்கு உறவுக்காரங்க இருக்காங்க... இவன் வாழனும்னு ஆசைப்படறதுக்கு அன்பான தாய் இருக்கா... இவன் நொண்டின்னு தெரிஞ்சு அனபுகாட்ட பரிதாபம்காட்ட, பிரியப்பட உலகமே இருக்கு... இவன் எதுக்கு சாகணும்?" என்று ஆரம்பித்த மனம் தன்னைப் பத்தி எண்ணும்போது...

'எனக்கு யார் இருக்கா? எனக்கு ஒரு கஸ்டம்னா வருத்தப்படறதுக்கு, உதவி செய்யறதுக்கும் உறவு இருக்கா? உறவுங்கல்லாம் உதறித்தள்ளி எத்தனையோ காலம் ஆயிடுச்சே! நான் வாழனும்னு ஆசைப்படுற ஜீவன் என்னைத் தவிர இன்னொன்னு உண்டா? எனக்கு அன்பு காட்ட, பரிதாபப்பட, பிரியங்காட்ட, யார் இருக்கா? உலகமே வெறுத்து முகம் சுளிச்சு என்னைப் பார்க்குது' என்றெல்லாம் எண்ணி மௌனமாய் உட்கார்ந்திருந்தான் வியாதிக்காரன்.

நொண்டியின் இமைகளைத் தூக்கம் அழுத்த, அவன் கொட்டாவி விட்டான். அந்த சப்தம் கேட்டு வியாதிக்காரன். நொண்டியைப் பார்த்தான்: "இந்தாய்யா, நீ சாகப்படாது... சொல்லிட்டேன், ஒனக்கு காலு இல்லேங்குற நெனப்பினாலேதான் நீ கஸ்டப்படறே. மத்தவங்களையும் கஸ்டப்படுத்தறே"

"நான்தான் சொல்றேனே, எனக்குக் காலில்லாம மத்தவங்களுக்கு பாரமா இருக்கேனே! எங்கம்மா வைத்தியனுக்குன்னு தம்பியைப் பணம் கேட்கிறப்போ அவங்க ரெண்டுபேருக்கும் என்னால எவ்வளவு சண்டை! எவ்வளவு வருத்தம்!" என்று நொண்டி சொல்ல, குறுக்கிட்ட வியாதிக்காரன், "ஆமாய்யா, நீ சதாநேரமும் உங்கம்மா தோளைப் புடிச்சித் தொங்கிட்டே இருந்தா அப்படித்தான் சண்டை வரும். காலு இல்லாட்டிப்போனா என்னய்யா? கையால இந்த உலகத்தையே வளைக்கலாமே! வாழறதுக்கு காலும் கையும் வேணாம்ய்யா. நல்ல மனசு வேணும், அறிவு வேணும். மனுசனோட அறிவு யானையைக் காட்டிலும், சிங்கத்தைக் காட்டிலும் வலுவானது.

இல்லேங்கறத்துக்காகச் செத்து இருந்தா மனுச சாதியே பூண்டடத்துப் போயிருக்கும். காலு இல்லாட்டி அது இல்லாத கொறைய மாத்திக்கிட்டு எப்படி இருக்கிறதுன்னு யோசிக்க ஆரம்பிச்சேன்னா காலு இருக்கிறவங்களைக் காட்டிலும் நீ வேகமா ஓடிட மாட்டியா?"

"மனுசனுக்கு ரெக்கை இருந்திருந்தா அவனும் பறந்துக்கிட்டிருப்பான். ரெக்கை இல்லாததனாலதான் 'விர்ரு விர்ரு'ன்னு இப்ப ஏரோப்ளேன்ல பறக்கிறான். இன்னும் மானத்துலே எங்கெங்கேயோ போயி என்னென்னென்னாத்தையோ புடிக்கிறான். இல்லேன்னு சாவறதா? உங்கம்மாவை 'என் மகனுக்கு காலு இல்லாட்டி என்னா, என்னென்னா காரியம் பண்றான்!'னு நெனைக்க வெச்சிட்டியின்னா அவங்க ஏன் உன் தம்பிக்கிட்ட போயி வம்புக்கு நிக்கப்போறாங்க? நீ என்னா என்னைமாதிரி தீராத நோயாளியா? நானே வாழுறப்போ நீ சாகப்போறேங்கிறியே...' என்று சொல்லும்போது வியாதிக்காரனின் தொண்டை அடைத்தது. அவனது பேச்சால் வியாதிக்காரனின் நெஞ்சிலிருந்த வாழவேண்டுமென்ற ஆசை, வாழமுடியும் என்ற நம்பிக்கை நொண்டியின் இதயத்தில் தொற்ற ஆரம்பித்தது. நொண்டி புதியதோர் நம்பிகையுடன் தலைநிமிர்த்தி வியாதிக்காரனைப் பார்த்தான். வியாதிக்காரன் தொடர்ந்தான்:

"நீ என்னம்மோ சொல்றியே. பஸ்ஸிலே என்னை எந்திரிக்கச் சொன்னான், அப்புறம் உட்காரச் சொன்னான்னு... அதுக்காக உன் மனசு சங்கடப்பட்டது நாயந்தான். என்னைப்பாரு. என்னை அந்த பஸ்ஸிலே ஏறவுடுவானாய்யா? நீ என்னை பகல்லே பார்த்தா இப்படி பக்கத்திலே உக்காந்து பேசக்கூட மாட்டே, தோ... வெளிச்சத்துல பாரு, இந்தக் கையை" என்று தன் குறைபட்ட கைகளை மேலே இருந்த கோட்டை இழுத்துவிட்டுக் கொண்டு நிலா வெளிச்சத்துல நீட்டி விம்மினான்: "இந்தக் கை கொஞ்சநாளைக்கு முன்னே முழுசா இருந்தது. உனக்கு காலு இல்லே: அவ்வளவுதான். எனக்கு இருக்குறதெல்லாம் கொஞ்சம் கொஞ்சமா இல்லாம போயிக்கிட்டே இருக்கு... இந்தக் கையால முந்தா நாளு ஒரு கொழந்தையைத் தூக்கிட்டேன். கொழந்தையைத் தூக்கணும்கிற ஆசையினாலையா தூக்கினேன்? சீ! அந்த ஆசை எனக்கு வரலாமா? தண்டவாளத்திலே வந்து நிக்கிதே. ரயிலு வர்ற நேரமாச்சேன்னு பதறி தூக்கிட்டேன். நான் வியாதிக்காரன்தான். என் உடம்பிலே சொரனை அத்தே போயிடுச்சு. ஆனாலும் ஒரு கொழந்தையைத் தூக்கறோம்கிற நெனைப்பிலேயே என் மனம் சிலிர்த்துப் போச்சு... ஆனா, ஆனா... அதுக்காக அந்தப் பெத்தவங்க என்னை அடிக்க வந்துட்டாங்க. தெரியுமாய்யா?... மனுசனாப் பொறந்தும் மனுசனுக்குள்ள எந்த சோகத்தையும் எந்த உரிமையையும் அனுபவிக்க முடியாம நான்

வாழுறேனே... ஒரு பிசாசுமாதிரி தனியா குந்திக்கிட்டு. வாழறதா நினைச்சு என்னையே ஏமாத்திக்கிறேனே" என்று சொல்லும்போது கொஞ்சம் கொஞ்சமாக விம்ம ஆரம்பித்து விக்கி விக்கி அழுதான் வியாதிக்காரன்.

சற்று நேரத்திற்குப்பின் கண்களைத் துடைத்துக்கொண்டு ஒரு வறண்ட சிரிப்புடன் சொன்னான்:

"ஆமா, பெத்தவங்களுக்குத் தெரியும் புள்ளை அருமை... சாவைக் காட்டிலும் கொடியது இல்லையா, இந்த நோயி? அப்புறம் விஷயத்தைச் சொன்னப்புறம் ஒருமாதிரி சமாதானம் ஆனாங்க. அப்பக்கூட, 'ஒரு கொரலு, எங்களைக் கூப்பிட வேண்டியதுதானே... நீயா தூக்குறது?"ன்னு கேட்டிச்சி அந்த அம்மா. 'நீங்க சொல்றது நாயம்தான். தெரியாம செஞ்சிட்டேன்'னு மன்னிப்புக் கேட்டிட்டு வந்தேன்: ஏன்னா, இது பொல்லாத நோயி, மனுசனுக்கு வரக்கூடாது. ஆரம்ப காலம்னா தீத்துடலாம். இது ரொம்ப முத்தின கேஸூ, இனிமே கொறையாது: பரவும் மத்தவங்க ஜாக்கிரதையாத்தான் இருக்கணும். ஒரு தாய்குத் தன் குழந்தை செத்தாலும் பரவாயில்லே. இந்த நோய் வரப் பொறுக்கமாட்டா" என்று அவன் தன்னையுணர்ந்து தனக்குள் முனகுவதுபோல் பேசினான்.

சில நிமிஷ மௌனத்துக்குப் பிறகு நொண்டி இரண்டாவது முறை கொட்டாவி விட்டான்.

"தூக்கம் வருதா? படுத்துக்க ஐயா! தூங்குறது ரொம்ப சொகம். செத்தா தூங்க முடியாது, கேட்டுக்க... பொழுது விடிஞ்சி பெத்த மகராசிக்குப் புள்ளையாப் போய்ச் சேரு! உனக்கு நான் கடைசியாச் சொல்றது இதுதான்: காலு இல்லேன்னு நெனைச்சி நீ யாருக்கும் பாரமா இருக்காதே. இப்ப யாருடைய துணையுமில்லாம நீ எப்படி சாகவந்தியோ, அந்தமாதிரி வாழப்போ. அதில் ஒண்ணும் வெட்கப்பட வேணாம். உன்னையே பார்த்து உங்கம்மா மகிழ்ந்து போவாங்க பாரு..." என்று, அணைத்திருந்த கடைசிப் பீடியைப் பற்றவைத்துக் கொண்டான் வியாதிக்காரன். படுத்த சற்றுநேரத்துக்கெல்லாம் நொண்டி தூங்கிப் போனான். வியாதிக்காரன் தூக்கம் வராமல் கீழே கிடந்த துண்டு பீடிகளைப் பொறுக்கி பற்றவைத்துக் கொண்டு தூணில் சாய்ந்து வானத்தை வெறித்தவாறு உட்கார்ந்திருந்தான்.

'அதோ, ரொம்பதூரம் தள்ளி வந்திருச்சே சப்தரிஸி மண்டலம்... நாலு நட்சத்திரச் சதுரத்துக்கு ஓரமா, வாலுமாதிரி இருக்கிற மூணுக்கு நடுவாலே, ஓரத்திலே, ஆமாமா, அருந்ததி... அருந்ததியைப் பார்த்தவனுக்கு ஆறு மாசத்துக்கு சாவில்லே! அடி செருப்பாலே! இன்னும் ஆயிசு அதிகம் வேணுமா என் கட்டைக்கி?" என்று

விரக்தியும் வேதனையும் குழைய முனகிக்கொண்ட வியாதிக்காரன், கையிலிருந்த பீடியை தரையில் நசுக்கித் தேய்த்தான். அவன் பார்வை சப்தரிஷி மண்டலத்தை வெறித்தது.

விடிந்து ஆறு மணிக்கு வடக்கே போகும் பார்சல் வண்டியின் அவலமான கூக்குரல் கேட்டு, சத்திரத்துத் திண்ணையில் தூங்கிக் கொண்டிருந்த நொண்டி கண் விழித்தான்.

அவனருகே வியாதிக்காரனின் கறைபடிந்த கந்தலும் பளபளப்பான புதிய தகரக்குவளையும் தனியாகக் கிடந்தன. அங்கே ஈக்கள் மொய்த்தன.

தூரத்தில் நீண்டுசெல்லும் இருப்புப்பாதையின் வளைந்து திரும்பும் எல்லையில் புகை கக்கி அழுதவாறு பார்சல் வண்டி நின்றிருந்தது! அங்கு மனிதர்கள் மொய்த்துக் கொண்டிருந்தனர்.

'இங்கே சுத்திக்கினு இருப்பானே_ அந்தப் பெருவியாதிக்காரன், ரயிலு முன்னாடி போய் விளுந்துட்டான்!'

'அவன் எனக்கு வாழக் கற்றுக் கொடுத்தான். நான் அவனுக்குச் சாக கற்றுக் கொடுத்தேன். அவன் என்னைச் சந்திக்காமல் இருந்திருந்தால்?' நொண்டியின் கண்கள் கலங்கின.

'அந்த இடத்தின் ராசியோ' தன்னையே காவு தந்து இன்னொரு விபத்து ஏற்படாமல் தடுத்த முயற்சியோ? அவன் மேனியிலிருந்ததா பயங்கர தொத்து வியாதி?... இல்லை: என் மனசிலே தோன்றியதே தற்கொலை செய்துகொள்ள வேண்டும் என்ற எண்ணம் அந்த 'வாழ்க்கையின் வெறுப்பு'த்தான் பயங்கரத் தொற்றுவியாதி... அதற்கு அவன் பலியாகிவிட்டான்.'

திடீரென்று, ரயில்வே லைனுக்கு அப்பால் வரிசையாகத் தெரியும் வீடுகளில் கொல்லைப்புறக் கதவுகளைத் திறந்து வேடிக்கை பார்த்துக் கொண்டிருந்தோரின் நடுவே இருந்து, 'ஐயோ! கண்ணா!" என்ற அலறல் ரயில்வே லைனுக்கு அப்பால் வெகுதூரத்திலிருந்த நொண்டியின் வயிற்றைக் கலக்கியது.

"அம்மா ! நான் இருக்கிறேன்... அம்மா!" என்று கோஷித்தவாறு வேகமாய் தவழ்ந்தோடினான் அவள் மகன்.

"மகனே!... மகனே!..." என்று ரயில்வே லைன் மேட்டின்மீது விழுந்து புரண்டுகொண்டிருந்த அவன் தாய் 'நான் இருக்கிறேன்' என்ற குரல் கேட்டு அவனைப் பார்த்து ஒன்றும் புரியாமல் அடி வயிற்றைப் பிடித்துக்கொண்டு கண்ணீருடன் சிரித்தாள். பிறகு, "யார் பெத்த மகனோ!" என்று ரயில் சக்கரத்தைப் பார்த்து அழுதாள்.

அவள் அருகே வந்த அவள் மகன், அவள் தோளில் முகம் புதைத்து நெற்றியைத் தேய்த்து அழுதுகொண்டே சொன்னான்: "அம்மா! நான் இருக்கேம்மா... அது உன் மகனில்லே... அது... அந்த மனுசன்... அவன் செத்திருக்கக்கூடாது அம்மா... ஆ!..." என்று பெருங்குரலில் கதறி அழுதான் நொண்டி.

◯

ஷாட் குறிப்புகள்

(L.S)   லாங் ஷாட்
(E.L.C.V) எக்ஸ்ட்ரா லார்ஜ் குளோஸப்
(C.V)   க்ளோஸப்
(C.S)   க்ளோஸப் ஷாட்
(C.M.S)   க்ளோஸப் மிட் ஷாட்
(M.S)   மிட் ஷாட்
(M.L.S)   மிட் லாங் ஷாட்
(E.L.S)   எக்ஸ்ட்ரா லாங் ஷாட்

திரைக்கதை

MONTAGES

காட்சி: 1

(E.L C.V)

1. ஒரு Football பல கால்கள் Football ஐ Approach பண்ணுகின்றன இறுதியில், வலுவான இரண்டு கால்கள் அந்தப் பந்தை அபகரித்து தரையில் தட்டிக்கொண்டே போய்..... A...Kick

(Camera Tills Up Along With The Ball பந்து அந்தரத்தில் நிற்கிறது. (Title) & Shot Moves பந்து கீழே விழ..)

-CUT-

(E.L.C.V)

2. கண்ணனின் முகம் To (E.L.S)

(அவன் பார்வை, தூரத்தில் பந்து விளையாடுகிற கால்களில் பதிந்திருக்கின்றன. In Sug கண்ணன் இருக்க Shot Compose a Play Ground...)

-CUT-

(M..L.S)

3. கண்ணனின் Angle Pole Walt In Slow Motion (from Russian Angle To Normal Angle) Stop Block When Short Moves சலங்கை ஒலி சப்தம் Over Laps

-MIX-

(M.S)

4. கண்ணன் In Sug எதிர்வீட்டு ஜன்னல் is In Prom... To C.S

(Camera Moves Avoids கண்ணன் Stops In (C.V) at window நடனமாடும் ஒரு பெண்ணின் பாதங்கள்).

(Camera Tills Up And Stops At The நடன மாது. டைட்டில் Shot Moves..).

(ஒரு நல்ல பாட்டின் பல்லவி... நடனம்)

-CUT-

(Shift To)

(C.M.S)

5. சேறு மிதிக்கிற ஒரு ஆணின் கால்கள்... To (M.L.S)

(Camera tills up In Sug அவனுக்குப் பின்னால் புதிதாக கட்டப்படுகிற ஒரு பெரிய கட்டிடம். ZoomTo a Ladder தலையில் செங்கல் சுமந்துகொண்டு ஏறுகிற ஒரு பெண். அவளது கால்கள் Prominent ஆக இருக்க வேண்டும். அவள் பாரத்தை இறக்குகையில் Stop டைட்டி Shot Moves...)

-CUT-

(M..L.S)

6. ஒரு வீட்டுக்குறட்டில் குழந்தையொன்று நடைவண்டியோடு... குழந்தை To (C.M.S) சிரித்துக்கொண்டு தலைநிமிர்ந்து பார்க்க Stop.

(குழந்தையின் கால்கள் Prom... டைட்டில் Shot Moves... மணியடிக்கும் சத்தம்....)

-CUT-

(C.M.S)

7. திண்ணையில் உட்கார்ந்திருக்கும் கண்ணன். Camera Tills Down To His Legs சூம்பித் தொங்குகின்றன.

(மணியடிக்கும் சத்தம் தொடர்கிறது...)

(M.S)

8. தெருவில் இடமிருந்து வலமாய் நடந்துபோகும் பலவிதமான கால்கள்... அதேபோல், வலமிருந்து இடமாய் நடந்து செல்லுகிற கால்கள்...

(Camera Sholud Move Left To Right... Angle In Right To left..)

-CUT-

(Shift To Upwards)

(M.S)

9. பெண்கள் பள்ளிக்கூடத்துக்கு முன்னால், வெளியில் வருகிற மாணவிகளின் கூட்டம்... சைக்கிளில் வருகிற பெண்கள்...

-CUT-

(Shift To)

காட்சி: 2

தெரு

பேரவல் Shot

(M.S)

1. சாந்தியும், சித்ராவும் பள்ளிக்கூடத்திலிருந்து திரும்பிக் கொண்டிருக்கின்றனர்...

Half Way Opening சித்ரா: தூரத்தில் கையைக் காட்டி, அதோ தெரியுது பாருங்க டீச்சர்... அதுதான் எங்க வீடு...

(Camera Pans At The Direction - Avoide Both கண்ணன் அவர்களை திண்ணையில் பார்க்கிறான்)

Registers திண்ணையில் உட்கார்ந்திருக்கும் கண்ணன்.

சித்ராவின் குரல்: எங்க வீட்டுக்கு வாங்க டீச்சர்... ப்ளீஸ்...

(கண்ணன் அவர்களைப் பார்க்க ZoomTo கண்ணன் (C.S)

-CUT-

(C.S) To (C.M.S)

2. சாந்தி: (பார்வை கண்ணன்மீது இருக்க சித்ராவிடம்) நம்ம கிளாஸ்லே எவ்வளவோ ஸ்டூடன்ட்ஸ் இருக்காங்க. எல்லோரும் உன்னமாதிரி பிரியமாதான் இருக்காங்க. அதுக்காக நான் எல்லார் வீட்டுக்கும் போகமுடியுமா..?

-CUT-

(C.S)

3. சித்ரா: (சாந்தியைப் பார்த்து) அப்படீன்னா... நம்ம கிளாஸ் ஸ்டூடன்ட்ஸ் To (C.M.S) எல்லாரும் ஏன் உங்ககூட வரலே..?

சாந்தி: (கொஞ்சம் யோசித்து) அவங்க வீடெல்லாம் அந்தப் பக்கம் இருக்கு...

சித்ரா: உங்க வீடு டீச்சர்..?

சாந்தி: இந்தப் பக்கம்...

(என்று கையைக் காட்ட)

(Camera Pans To That Direction (L.S) தெரு. கண்ணன் உட்கார்ந்திருக்கும் திண்ணை முன்பிருந்ததைவிட நெருக்கமாகத் தெரிகிறது. **Still (L.S)**

கண்ணன் இவர்களை பார்த்துக் கொண்டிருக்கிறான்.

சித்ராவின் குரல் : டெய்லி நீங்க இந்த வழியே போறீங்க...

-Cut-

(C.M.S)

4. சாந்தி – சித்ரா: *(சாந்தியின் பார்வை தூரத்தில் கண்ணன்மீது)*

சித்ரா: ஒரு நாளைக்கு எங்க வீட்டுக்கு வரப்படாதா டீச்சர்...?

(சாந்தி தூரத்திலிருந்த பார்வையை மாற்றாமலேயே)

சாந்தி : உங்க வீட்டுத் திண்ணையிலே ஒரு புஸ்தகத்தை வச்சிக்கிட்டு உட்கார்ந்திருக்கிறாரே, அவர் யாரு...?

சித்ரா: எங்க அண்ணன்... அவரு எப்பவும் படிச்சிக்கிட்டே இருப்பார், நெறைய படிப்பார்... வாங்களேன்... எங்க அண்ணனுக்கு உங்களை இன்ட்ரடியூஸ் பண்ணிவிடறேன்...

-Cut-

(C.V)

5. சாந்தி: *(பார்வை கண்ணன்மீதே)*

-Cut-

(C.V)

6. கண்ணன் *(ஏக்கம் நிறைந்த பார்வை)*

(Shift To)

(C.M.S)

7. சாந்தி, சித்ரா

சாந்தி: திடீர்னு வர்றதுன்னா எப்படி...? நீ உங்க வீட்ல முன்னாடியே சொல்லி வை... இன்னொரு நாளைக்கு வர்றேன்...

-Cut-

(C.S)

8. *சித்ரா: (சந்தோஷத்துடன்) இன்னைக்கே சொல்லிடறேன் டீச்சர்... நாளைக்கு வர்றீங்களா...?!*

(C.S)

9. *சாந்தி: (சித்ராவிடம்) நான் இன்னொரு நாளைக்குன்னுதான் சொன்னேன், பை...*

(என்று விடைபெற்று ஒரு சந்தில் திரும்புகிறாள்.)

-CUT-

(M.L.S))

10. *சந்தில் திரும்பிக் கொண்டிருக்கும் சாந்தி கையசைப்புடன் மறைய*

-CUT-

(M.S)

11. *திண்ணையில் உட்கார்ந்திருக்கும் கண்ணன்... சித்ரா FieldIn ஆகிறாள். அவள் அருகே வர (கண்ணன் தூரத்தில் இருக்கும் பார்வையை மாற்றி குறும்புடன்)*

கண்ணன்: யாரும்மா அது..? இவ்வளவு பெரிய பொண்ணு...? உங்க ஸ்கூல்லே படிக்கிறது?

சித்ரா: ஐய்யய்யோ.. அவங்க எங்க டீச்சர்... ரொம்ப நல்லவங்க... அழகா இருக்காங்க இல்லே...!

(அம்மாவின் குரல் Overlaps: கண்ணா எங்க இருக்கே...)

-CUT-

(M.S)

    12. அம்மா கையில் ஒரு டம்ளருடன் வர...

Overlaps

    கண்ணன் குரல் : இதோ வர்றேம்மா...

-CUT-

(M.S)

    13. கண்ணனின் முதுகுப்புறம் கேமராவுக்குத் தெரிய திண்ணையிலிருந்து இறங்கி சுவரைப் பிடித்து நடந்து வருகிறான்...

-CUT-

(C.M.S)

    14. அம்மா: *(காபி டம்ளருடன் வந்து பதைப்புடன்)* எங்கே இருக்கேன்னுதானே கேட்டேன்...? உன்னை எழுந்து வரச் சொன்னேனா...? நீ அங்கேயே உட்கார்ந்துக்கோ...

    (அம்மா பேசிக்கொண்டே நடக்க, கேமரா...Goes In Parallel Finally Includes கண்ணன்)

(C.S)

    15. கண்ணன்: ரொம்ப நாழியா ஒரே இடத்திலேயே உட்கார்ந்திருக்கேனே அம்மா...?

-CUT-

(C.S) To (C.M.S)

    16. என்னடா பண்றது. நீ ஒரு இடத்திலேயே உட்கார்ந்திருக்க வேண்டியதுதான்... ரெண்டு மாசம் போகட்டும். எல்லோரும் சொல்லராங்களே அந்த பட்டணத்து டாக்டரையும் போய்ப் பார்த்துடுவோம். அதுவரைக்கும் நீ ஒருபக்கம் சிவனேன்னு உட்கார்ந்துக்கிட்டு இரு... உனக்கு மறுபடியும் நடக்க வந்துடும்... பத்து வயசு வரைக்கும் எல்லாரையும் மாதிரி நல்லா இருந்த கால்தானே..?

(அம்மா, அவனை மறுபடியும் திண்ணையிலேயே உட்கார வைத்து காப்பி ஆற்றிக் கொடுத்து, அவன் குடிக்கிறவரை பேசிக் கொண்டிருந்து தம்ளரை வாங்கிக்கொண்டு OutField ஆகிறாள். சைக்கிள் மணி சப்தம் கேட்டு தலைநிமிர்ந்து கண்ணன் பார்க்கிறான்).

-Cut-

(என்று காலைப் பிடித்துவிடுகிறாள்.)

உனக்கு எழுந்தறிக்கனும்னா என்னைக் கூப்பிடு...

என்று கூறித் திரும்பிப் பார்த்து,

எங்கே அந்த கொரங்கு சித்ரா...?

என்று அதட்டலுடன் கூப்பிட...

(C.S) To (M.S)

17. ஸ்கிப்பிங் விளையாடும் சித்ராவின் பாதங்கள்... அம்மா வருகிறாள்...

அம்மா: வந்ததும் ஆரம்பிச்சிட்டியா குதிக்கறதுக்கு! போய் காபி வெச்சிருக்கேன் எடுத்துக் குடி...

(ஸ்கிப்பிங் விளையாடிக்கொண்டே சித்ரா Out Field ஆகிறாள். அம்மா முனகிக் கொள்கிறாள்...

பொண்ணாப் பொறந்ததுக்கு கொஞ்சம்கூட புத்தி கிடையாது.... கூடப் பொறந்தவன் இப்படி இருக்கானேன்னு... சீ... என்ன ஜென்மமோ...?)

-Cut-

(M.S)

18. ராஜா சைக்கிளில் வந்து இறங்குகிறான். உள்ளே வருகிறான்... வரும்போதே.

ராஜா: அம்மா... அவசரமாப் போவணும்... Out Field ஆகிறான்...

-Cut-

(C.M.S)

19. **அம்மா:** *(பாத்திரம் கழுவிக்கொண்டிருக்கிறாள் ராஜா வாசற்படி அருகே வந்து நின்று)*

(வாசற்படி அருகே வந்து நிற்கும்போது அவன் தோளில் 'கிதார்' இருக்க வேண்டும்...)

ராஜா: காபிம்மா.... காபி... குடேன்... தலைவலிக்குது.

(என்று ஒரு Aspro மாத்திரையை வாயில் போட்டுக் கொள்கிறான், தலைநிமிர்ந்து...)

அம்மா: என்னடா திடீர்னு வந்து இப்படிப் பறந்தா... இப்பத்தான் இருந்த பாலை காபி போட்டுக் கொடுத்தேன். கொஞ்சம் இரு... பௌடர் பால்ல வேணும்னா போட்டுத் தர்றேன்...

(Camera Pans Along With Her அம்மா அடுப்படி அருகே போய் நின்றவாறு... காபி போட்டுக்கொண்டே....

(முனகல்) எத்தனை நாள் காப்பி எடுத்துவச்சி ஆறிப்போறது...? சோதனையா வந்து நிக்கிறியே... புள்ளையாப் பொறந்தது நேராநேரத்துக்கு வீட்டுக்கு வர்றதில்ல... இதோ இப்பப் போற உன்.... டொய்... டொய்... வாத்தியத்தை எடுத்துக்கிட்டு. ஆக்கி வெச்ச சோறு அவலாப் போகும்... வருவே திருடன் தூங்குற நேரத்துக்கு...)

(என்று காபியை எடுத்துக்கொண்டு வந்து அவனிடம் நீட்ட...)

-Cut-

(C.M.S)

20. **ராஜா:** பௌடர் பால் காபி எனக்கு வேணாம் போ... பச்சைத் தண்ணி இருந்தாக் கொடு... இனிமே அதுக்கும் எதாவது பௌடர் வரும்...

(அம்மா Field In ஆகி)

அம்மா: பால்காரன் வரலே... காத்தாலே பால்லே காபி போட்டுக் கொடுத்தேன். என்னமோ, நீ குடிச்சாக் குடி... குடிக்கலேன்னாப் போ...

என்று ஸ்டுலின்மீது வைத்துவிட்டுப் போகிறாள்.

-Cut-

(C.M.S)

21. ராஜா: அவர்தானே...? காலையிலேருந்து போய் உழைச்சிட்டு வர்றார்... அவருக்கு நல்லா பால் காபி.. என் தலையெழுத்து பௌடர் காபி...என்று காபியை எடுத்து முகத்தைச் சுளித்துக்கொண்டு குடிக்கப் போகிறான்.

(C.M.S)

22. திண்ணையில் உட்கார்ந்திருக்கும் கண்ணன்...

கண்ணன்: ஏம்மா... நான் எத்தன தடவை சொல்லியிருக்கேன்... அவனுக்குக் கொடுக்காம எனக்கு ஒண்ணும் வேணாம்னு... நானா உன்ன காபி கேட்டேன்.

(C.S)

23. சித்ரா: இந்தாண்ணா நல்ல பால் காபி... எனக்குக் குடு அதை...!

என்று அவனிடம் தம்ளரை நீட்ட...

-Cut-

(C.M.S)

24. (இருவரும் சித்ரா InSug...)

ராஜா: (காபியை குடிக்கப்போகும் முன்) நீ எச்சை பண்ணியா...?

-Cut-

(C.M.S)

25. (ராஜா InSug)

சித்ரா: (நன்றாக காபியை ஸிப் பண்ணிக் குடித்து)

சும்மா ஒரு தடவை இப்படி ஒரு Sip நல்லா இருந்திச்சி... ஏன் வேண்டாமா...? இந்தா உன் காபி...

-Cut-

(M.S)To (C.M.S)

26. கண்ணன் மோவாயில் கை ஊன்றி வருத்தத்தோடு எங்கோ பார்த்தவாறு உட்கார்ந்திருக்கிறான்...

(கையில் கிதாருடன் அவனைக் கடந்துபோகிற ராஜா, அவன் பக்கத்தில் சற்று நிற்கிறான்... கண்ணன் இவனை கவனிக்காது யோசனையில் ஆழ்ந்திருப்பதால் அவன் தோளை ராஜா குலுக்குகிறான்.)

ராஜா: என்ன யோசனை...?

(கண்ணன் பெருமூச்சு விடுகிறான்)

-Cut-

(C.S)

27. ராஜா: (தான் சற்றுமுன்பு நடந்துகொண்டதற்கு வருந்துவதுபோல்) I Am Sorry...

என்று சொல்லி OutField ஆக

-Cut-

(C.S)

28. கண்ணன்: (புன்னகையோடு) அம்மா சொல்றா மாதிரி திருடன் தூங்குற நேரத்துக்கு வராம சீக்கிரம் வந்துடு...

(M.L.S)

29. சைக்கிளில் போகும் ராஜா from கண்ணன் Angle

- DISSOLVE -

காட்சி: 3

பள்ளிக்கூடம்

(C.S)To (M.L.S)

1. சிறுமிகள் நொண்டியாட்டம் ஆடுகிறார்கள். நொண்டியடித்துப் பிடிக்க வருகிற பெண்ணின் **Close Shot** வருகிற சித்ரா அவுட் ஆகிறாள்...

-Cut-

(C.M.S)

2. விளையாடி வேர்த்து இறைக்க இறைக்க நிற்கும் சித்ரா அவள் பார்வை வேறுபுறம் திரும்ப...

-Cut-

(L.S)

3. ஒரு மரத்தடியில் உள்ள பெஞ்சில் உட்கார்ந்து நோட்டுப் புத்தகங்களை திருத்திக் கொண்டிருக்கிறாள் சாந்தி... சித்ரா FieldIn ஆகி அவள் பக்கத்தில் போய் உட்காருகிறாள்.

-Cut-

(C.M.S)

4. பெஞ்சின்மீது உட்கார்ந்திருக்கும் இருவரும். சாந்தி இவளை கவனிக்காமல் நோட்டுகளை திருத்திக் கொண்டிருக்கிறாள்... சித்ரா, டீச்சர் தன்னைக் கவனிக்காததைக் கண்டு குரலைக் கனைக்கிறாள்... கனைப்புச்சத்தம் கேட்டு சாந்தி அவளை தலைநிமிர்ந்து பார்க்க...

-Cut-

(C.S)To (C.M.S)

5. சித்ரா: *(பெஞ்சிலிருந்து எழுந்து)* Good Evening டீச்சர்.

சாந்தி: Good Evening *(மறுபடியும் நோட்டுகளைத் திருத்த ஆரம்பிக்கிறாள்,)*

-Cut-

(C.M.S)

6. சித்ரா மட்டும் *(தயங்கி)*

சித்ரா: எக்ஸ்கியூஸ்மி டீச்சர்...

(Camera Pans *சாந்தி தலைநிமிர்ந்து பார்க்கிறாள்...* இன்னைக்கு நீங்க எங்க வீட்டுக்கு வர்றீங்கன்னு சொல்லியிருக்கிறேன்...

சித்ராவின் தொந்தரவைப் பொறுக்கமாட்டாதவளாய் சாந்தி நெற்றியில் கை வைக்க...)

-Cut-

(C.S)

7. *சாந்தி: என்னைக்காவது ஒருநாள் வருவேன்னுதானே சொன்னேன்...?*

*சித்ரா குரல் **Over Lap**: இல்லை டீச்சர்...!*

-Cut-

(C.S)

8. *சித்ரா : திடீர்னு வந்தா நல்லாயிருக்காது... உங்க வீட்டிலே சொல்லிட்டு வந்து என்னைக் கூப்பிடுன்னு நீங்கதானே... சொன்னீங்க டீச்சர்...*

-Cut-

(C.M.S)

9. இருவரும் *(சாந்தி* **In Prom***)*

சாந்தி: என்ன சித்ரா? இன்னைக்கு வந்து கூப்பிடறியே... இவ்வளவு நோட்டு இருக்கு திருத்தறதுக்கு.

-Cut-

(C.M.S)

10. இருவரும் *(சித்ரா* **In Prom** *)*

சித்ரா: உங்களுக்கு டிரெயின் ஆறு மணிக்குத்தானே.. எங்க வீட்டுக்கு வந்துகூட நீங்க இந்த நோட்டெல்லாம் திருத்தலாம்... ப்ளீஸ்...

சாந்தி: ரொம்ப அழகா இருக்கும்.. உங்க வீட்டிலே வந்து திருத்திக்கிட்டு உட்கார்ந்திருந்தா...

என்று கூறிக்கொண்டே நோட்டுகளை அடுக்கி வைக்கிறாள்...

சித்ரா: எங்க அண்ணன்கூட உங்களப் பத்தி கேட்டார்...

-Cut-

(புத்தகத்தை அடுக்கிக் கொண்டிருக்கும் சாந்தி திரும்பி இவளைப் பார்த்து...)

(C.S) To (C.M.S)

11. *சாந்தி:* என்ன கேட்டார்... உங்க அண்ணன் என்னைப் பத்தி...!

என்று கேட்டுக்கொண்டே எழுந்திருக்க, Trolly Back To (C.M.S) சித்ரா...

சித்ரா: இவ்வளவு பெரிய பொண்ணுகூட உங்க ஸ்கூல்ல படிக்குதான்னு கேட்டார்.

-Cut-

(C.S) To (C.M.S)

12. *சாந்தி:* (புருவங்களை சற்றுச் சுளித்து இவள் பக்கம் பார்த்து), அதுக்கு நீ என்ன சொன்னே?

(Trolly Back To Cms சித்ரா Included Both Are Walking In A Street)

சித்ரா: ஐய்யய்யோ... அவங்க எங்க டீச்சர்ன்னு சொன்னேன்...

-Cut-

(C.S) To (C.V)

13. *சாந்தி:* அதுக்கு உங்க அண்ணன் என்ன சொன்னார்?

(Camera Pans To சித்ரா In (C.V)

சித்ரா : சொல்லட்டுமா...?

சித்ரா : உங்க டீச்சர் ரொம்ப அழகா இருக்காங்கன்னு சொன்னார்...

சாந்தி : அதுக்கு நீ என்ன சொன்னே?

சித்ரா : ஆமான்னு சொன்னேன்...!

-CUT-

(C.V)

14. சாந்தி: அழகுங்கறதே பார்க்கறவங்க கண்ணிலே இருக்கும்மா... என்று தூரத்தில் பார்க்க...

-CUT-

(M.S) To (C.V)

15. திண்ணையில் உட்கார்ந்திருக்கும் கண்ணன்... இவர்களைப் பார்த்து வணக்கம் தெரிவிக்கிறான்...

(Zoom...)

-CUT-

(M.S)

16. சாந்தியும், சித்ராவும் வர மூவரும் **Included**

(கண்ணன் நொண்டி என்று தெரியாமல் ஒருநிலையில் உட்கார்ந்திருக்க வேண்டும்.)

சித்ரா: இவங்கதாண்ணே எங்க டீச்சர்...

(CS) To (C.M.S)

17. சாந்தி: (வணக்கம் தெரிவிக்கிறாள்)

சாந்தி: (கண்ணனிடம்) உங்க தங்கை 'எங்க அண்ணா'ன்னு ஒரு விஷயம் எழுதச் சொன்னா **First Prize** வாங்குவா...! அந்த அளவுக்கு உங்களப் பத்தி எங்ககிட்ட பேசுவா... **She Really...**

Trolly Back சாந்தி – கண்ணன் **In Field**

என்றதும் கண்ணன் சிரித்துக்கொண்டே சித்ராவைப் பார்க்கிறான்...

(CMS)

18. சித்ரா – கண்ணன்...

சித்ரா: எங்க அண்ணன் ரொம்ப படிப்பார்ன்னு சொன்னேன்... லிட்டரேச்சர் ரொம்ப இன்ட்ரஸ்டுன்னு

சொன்னேன். இதெல்லாம் அட்மையர் பண்ண வேண்டியதில்லையோ...? *(என்று கூறி)* உள்ளே வாங்க டீச்சர்...

என்று கூறி, சித்ரா Out Field ஆகிறாள். சாந்தியும் கிராஸ் பண்ணி ஆகிறாள். கண்ணன் அவர்களைப் பார்த்துக்கொண்டு உட்கார்ந்திருக்கிறான்...

சித்ராவின் Overlap குரல்: அம்மா.... அம்மா...

-Cut-

(M.S)

19. (Camera Facing The House)

சித்ரா ஓடிக்கொண்டிருக்கிறாள், சாந்தி பின்னால் போகிறாள்...

சித்ரா குரல்: அம்மா எங்க டீச்சர் வந்திருக்காங்க...

சாந்தி, கேமரா பக்கம் திரும்பிப் பார்க்க...

-Cut-

(M.S)

20. கண்ணன் சுவரைப் பிடித்து தடுமாறி திண்ணையிலிருந்து எழுந்து நின்று.. (சித்ராவின் "கிறீச்" என்ற அலறல் Overlap)

(சித்ராவின் அலறலைத் தொடர்ந்து கட...கட...வென்று Fan சுற்றும் சத்தம்...)

-Cut-

(C.M.S)

21. தரையில் அடிபட்டு சிட்டுக்குருவி ஒன்று விழுந்து துடிக்க... சித்ரா அதைக் குனிந்து எடுக்கிறாள்...

-Cut-

(M.S)

22. சித்ராவும் ப்ரேமுக்குள் வந்த சாந்தியும் தலைக்குமேல் பார்க்கிறார்கள்... Fan சுற்றிக்கொண்டே இருக்கிறது...

சித்ரா: காலுதான் போயிடிச்சு.... பொழைச்சுக்கும்... *(கையில் குருவியுடன் அவள் OutField ஆக)*

(C.M.S)

23. சித்ரா முற்றத்தில் பைப்பருகே தண்ணீர் எடுத்து குருவிக்கு உயிர் வரப் பண்ணிக்கொண்டிருக்கிறாள்...

-Cut-

(C.M.S)

24. தெருவிலிருந்து வாசலுக்கு வரும் வாசற்படி சுவரைப் பிடித்து நகர்ந்து நகர்ந்து **Field** ஆகிறான். கேமராவுக்கு அருகாமையில் அவன் முகம் வருகிறது...

(கண்ணன் சித்ராவைப் பார்த்து)

கண்ணன்: என்னம்மா அது...? குருவி **Fan***ல அடிபட்டிடுச்சா?*

(C.S)

25. சித்ரா: (விழிகள் நிமிர்த்திப் பார்த்து கண்ணனிடம்) உயிர் இருக்குது அண்ணா... கால்தான்... (நாக்கை கடித்துக் கொள்கிறாள்)

குருவியின் சத்தம் **Overlaps**

-CUT-

(CV To (M.S)

26. Shot Opens At The குருவி

(Trolly Back To M.S)

சாந்தி, அந்தக் குருவியை சோகமாய் பார்த்துக் கொண்டிருக்கிறாள்...

கண்ணன் குரல்: உயிர் வாழ்க்கைங்கறதே ஒரு போராட்டம்னு ஒரு அறிஞர் சொல்லியிருக்கார்...

அவள் திரும்பிப் பார்க்க...

சாந்தி குரல்: **Yes.. It Is Parvin**

-CUT-

(C.M.S)

27. கண்ணன்: (சாந்தியிடம் பேசியவாறு சோபாவில் உட்காருகிறான்) ஆனா நான் வேறமாதிரி நினைக்கிறேன். வாழ்க்கைங்கறது விபத்துக்கள் நிறைஞ்சது... **Please Sit Down...**

-CUT-

(M.S)

28. சாந்தி கண்ணன் சோபாவில் உட்கார்ந்திருக்க... அம்மா அடுக்களையிலிருந்து கையை துடைத்துக்கொண்டே

வெளியில் வர, (சாந்தி அவருக்கு வணக்கம் தெரிவிக்க...)

அம்மா: வா அம்மா... பொழுது விடிஞ்சு பொழுதுபோனா எங்க டீச்சர், எங்க டீச்சர்னு சொல்லிக்கிட்டே இருப்பா... உட்காருங்க...

(சித்ரா அடுக்களைக்குள் ஒரு ஸ்டூல் போட்டு ஏறி உயரத்திலிருந்து எதையோ எடுப்பது பின்னணியில் தெரிகிறது... ஏதோ சத்தம் கேட்டுத் திரும்ப...)

-CUT-

(C.M.S)

29. அம்மா : (திரும்பி சித்ராவிடம்) நீ பண்றதெல்லாம் உங்க டீச்சர்கிட்டயே சொல்றேன்... வயசாச்சே ஒழிய கொஞ்சம்கூட அடக்கம் இல்லை... அங்கேருந்து விழுந்து வைக்கப் போற...

(அம்மா **In Sug** சித்ரா ஸ்டூல்மீது நின்று கூடையை எடுத்துக்கொண்டே...)

-CUT-

(C.S)

30. சித்ரா : காய்கறி உள்ள கம்பிக்கூடை ஒன்றை அப்படியே எடுத்துக் கொட்டுகிறாள்...

மீதி டைலாக் அம்மா:

அடீயே... காயெல்லாம் கொட்ற... இதோ வர்றேன்...

சித்ரா: காய் ஒண்ணும் ஒடைஞ்சு போகாது...

(கூடையோடு சித்ரா கீழே இறங்குதல்...)

-CUT-

(சித்ரா கம்பிக்கூடையில் சிட்டுக்குருவியை வைக்கிறாள்.)

(M.S)

31. அம்மா கூடத்துக்கு வந்து சித்ராவைப் பற்றி புகார் கூறிக்கொண்டே உட்காருகிறாள்...

அம்மா: இந்த மாதிரிதாம்மா அதுமேல ஏர்றதும்... இதுமேல குதிக்கறதும்... ஏய் சித்ரா.. போதும், நீ குருவிக்கு வைத்தியம் பண்ணது. போய் கையைக் கழுவிட்டு உங்க டீச்சருக்கு

டிபன் எடுத்துட்டு வந்து கொடு... குதிக்காமப்போ...

சித்ரா **OutField**ஆக...

சித்ரா குரல்: உன் காய்கறிக்கூட ஒண்ணும் ஆயிடாது... ரெண்டு நாள்ல குருவி பறந்திடும்... நான் அந்தக் கூடையை கழுவிக் குடுத்துடறேன்...

அம்மா குரல்: (முனகல்) காய்கறிக் கூடைக்கு என்ன பண்றது?

-CUT-

(C.V)

32. கூண்டிலிருக்கும் நொண்டிக் குருவி இன்னொரு குருவியின் சத்தம். **Over Laps...**

-CUT-

(C.V)

33. தவிக்கிற ஆண் குருவி...

-CUT-

(C.V)

34. சாந்தி: கலங்கிய கண்களுடன் ஸ்பூனிலிருந்து எதையோ... துயரத்தோடு மென்று விழுங்க...

-CUT-

(C.S)

35. கண்ணன் காபித் தம்ளரில் முகம் கவிழ...

(Shot Opens From His Foot Tilts Up To His Face...)

(C.M.S)

35A சாந்தியின் காலிலிருந்து முகம் வரைக்கும் Tilts Up

(C.V) அவள் பார்வை அவன்மீது...

-CUT-

(C.V)

35B. (கண்ணன் சாந்தியைப் பார்க்க...)

அவன் குரல் அவள்மீது : உனக்கு ரொம்ப ஏமாற்றமாப்

போயிடுச்சு இல்லே...?

(Camera Slowly Pans Along With The VoiceTo (C.V) Of சாந்தி...)

அவள் கண்கள் கலங்கி இருக்கின்றன...

கண்ணன் குரல் Overlap: போயும் போயும் ஒரு குருவிக்காக இவ்வளவு மனசு கலங்கலாமா...? (அவள் பார்வை கலங்கி அவன் பக்கம் திரும்பி நிற்கிறது...)

அவள் குரல் அவன்மீது: என் மனசு கலங்குறது இந்தக் குருவிக்காகவா...? இம்.... பெருமூச்சுடன் மோவாயில் கையூன்றுகிறாள்.

-Cut-

(CV) To (CMS)

36. Trolly Back ரயில் ஜன்னல் அவள் பார்வை தூரத்தில் பதிந்து கைகளை அசைக்க...

(ரயில் சத்தம்...)

-Cut-

(CMS)

37. நிழலும் வெளிச்சமும் மாறி மாறி விழ, கண்ணனின் தோற்றமும் அவனும் பதிலுக்கு கையை அசைக்க...

காட்சி: 4

சாந்தி வீடு

(CV) To (M.S)

1. ஜன்னலில் பார்த்துக்கொண்டு நிற்கும் சாந்தியின் முகம் அவள் வீடு...

சாந்தி உடைமாற்றம்...

சாந்தி அம்மா குரல்: சாந்தி... (Trolly Back)

-Cut-

(CMS)

2. அம்மா : என்னம்மா வந்ததிலிருந்து பேசாம இருக்கிறே... யார் வீட்டுக்கோ போறதா சொன்னியே போவலையா...?

-Cut-

(CMS) To (CS)

3. ஜன்னலில் உட்கார்ந்திருக்கும் சாந்தி: (திரும்பி அம்மாவைப் பார்த்து) போய்விட்டுதாம்மா வந்தேன்... அவங்க வீட்டுக்கு போயிட்டு வந்ததிலேந்தே மனசு சரியா இல்லை... அவங்க வீட்டிலே நான் போனப்போ... ஒரு குருவி அடிபட்டு விழுந்திச்சி... சாகல.. கால் நொண்டியாயிடிச்சி... (நொண்டியாயிடுச்சி டைலாக்கில் கண்கலங்க வேண்டும்)

Camera Pans To சாந்தி **Angle**

அம்மா: (கன்னத்தில் கையூன்றி) ஒரு குருவி அடிபட்டதுக்கா நீ இவ்வளவு வருத்தப்படறே?

என்று அம்மா பார்க்க...

-Cut-

(C.V)

4. சாந்தி : நான் பார்க்கப் போனேனே. அவரும்கூட ஒரு நொண்டி... அவர் அப்படி இருப்பாருன்னு நான் நினைக்கவே இல்லை... என்னம்மோ நானே ஏமாந்துட்டமாதிரி இருக்குது...

-Cut-

(CV) To (C.M.S)

5. அம்மா: (குனிந்த தலையோடு ஊசியால் பின்னிக்கொண்டே) ஏன்...? நீ எதையாவது எதிர்பார்த்துப் போனயா..?

-Cut-

(CV) To (C.M.S)

6. சாந்தி: எதிர்பார்த்தா...? ம். அவர் அப்படி இருப்பார்ன்னு நான் எதிர்பார்த்துப் போகலே... ஆனா அவர் ரொம்ப நல்லவர். இப்பவும்கூட அவரை எனக்குப் பிடிக்குது... ஆனா என்னம்மோ ஏமாந்துட்ட மாதிரி இருக்குது...

(டைலாக் முடிஞ்சதும் சாந்தி ஜன்னல்புறமாய் திரும்பிக்கொள்ள வேண்டும்.)

-Cut-

(M.S)

7. சாந்தி – அம்மா: (எழுந்து சாந்தியின் அருகே போய் நிற்க)

-Cut-

(CMS)

8. இருவரும் நிற்கின்றனர்...

-MIX-

காட்சி: 5

பள்ளிக்கூட வகுப்பறை

(C.M.S) To (M.L.S)

1. ஜன்னலருகே நின்றுகொண்டிருக்கும் சாந்தி...

(Trolly Back Shot ஆரம்பத்திலேயிருந்து மாடிப்படிகளில் குதித்தோடி வருகிற சித்ராவின் காலடி ஓசை கேட்க வேண்டும். **(M.L.S)** பிரேமில் Shot நிற்கும்போது அந்தக் காலடி ஓசையும் நிற்க வேண்டும்... பின்னர், மெதுமெதுவாக காலடி ஓசை கேட்க.. சித்ரா FieldInஆகிறாள்... அவள் சாந்தியை Approach செய்கிற வரை... ஜன்னலுக்கு வெளியே பறவைகள் பறந்துகொண்டிருக்க வேண்டும்... Camera Follow சித்ரா)

சித்ரா: Good Evening டீச்சர்...

-CUT-

(C.S)

2. சாந்தி: (சற்றுநேரம் கழித்து) சித்ராவைப் பார்க்காமலேயே ஏதோ நினைப்புடன் தாழ்ந்த குரலில் முணுமுணுக்கிறாள்... Good Evening...

சித்ராவின் **Out Field Voice Trolly Back**

சித்ரா: வருவீங்க... வருவீங்கன்னு ரொம்ப நாழியா **Play Ground**ல காத்துக்கிட்டிருந்தேன்... ஒருவேள போயிட்டீங்களோன்னு நினைச்சேன்.. ஒரு **Classroom** விடாம பார்த்துக்கிட்டே வர்றேன்...

-CUT-

(சாந்தி, சித்ராவின் பக்கம் திரும்ப இருவரும் நகர பிரேமில் முழுக் கட்டிடமும் தெரிய **(M.L.S))** இருவரும் கீழே படி இறங்கி வருகின்றனர்...)

(C.M.S)

3. இருவரும்

சித்ரா: (குதூகலத்துடன்) டீச்சர் அன்னைக்கு **Fan**ல அடிபட்டுதே குருவி... அதுக்கு கால் சரியாயிடிச்சு டீச்சர்.. அம்மா, காலையிலேயே அதை திறந்து விட்டுட்டு கூடையைக் குடுன்னாங்க... நான்தான் டீச்சருக்கு

காண்பிச்சிட்டுத்தான் குடுப்பேன்னு சொன்னேன்...

சாந்தி: அதனால நான் இப்ப உங்க வீட்டுக்கு வரனும் அப்படித்தானே...?

சித்ரா: ம்? இம் அப்படி நான் சொல்லலே டீச்சர்... என் அண்ணன்தான் சொன்னார். அன்னைக்கு நீங்க வந்தப்போ அந்தக் குருவியை பார்த்ததிலிருந்து உங்க மனசே சரியில்லையாம்... உங்களுக்கு ரொம்ப இளகிய மனசாம்... அந்தக் குருவி நல்லா ஆயி பறக்கறதைப் பார்த்தா நீங்க ரொம்ப சந்தோஷப்படுவீங்களாம்.. நான் சொல்லலே டீச்சர், அண்ணன்தான் இதெல்லாம் சொன்னார் (சாந்தி சிரிக்க).

(Camera Goes Close To *சாந்தி)*

சாந்தி : அதுக்கு நீ என்ன சொன்னே

Out Field Voice

சித்ரா: உங்கள வீட்டுக்கு அழைச்சிட்டு வர்றேன்னு சொன்னேன்.

-CUT-

(M.S)

4. திண்ணையில் கண்ணன் உட்கார்ந்திருக்கிறான். சித்ரா **FieldIN**ஆக அவளைத் தொடர்ந்து சாந்தி....

(சாந்தி வணக்கம் தெரிவிக்க, அவனும் பதிலுக்கு வணக்கம் தெரிவிக்க, திண்ணைக்குப் பக்கத்திலுள்ள சார்ப்பில் சாந்தி உட்காருகிறாள்...

சித்ரா : இருங்க டீச்சர், நான் போயி குருவியைக் கொண்டுவரேன் என்று குதித்துக்கொண்டு ஓடுகிறாள்... கண்ணனின் முகம் மாறுகிறது)

-CUT-

(C.M.S)

5. *கண்ணனும் சாந்தியும்... (சாந்தி* **InProm***)*

சாந்தி: Thank God! *அன்னைக்கி* Fan*ல அடிபட்ட குருவி பொழைச்சிடுத்தாமே.. அதை நான் பார்க்கணும்னு உங்க சித்ரா என்னை விடாம அழைச்சிட்டு வந்தா...*

(C.M.S)

6. *கண்ணனும் சாந்தியும்...* (*கண்ணன்* InProm)

கண்ணன்: **I Am Sorry.** *மறுபடியும் நீங்க ஏமாந்துட்டீங்க...*

(*சாந்தி, 'சித்ரா' என்று அழைத்தவாறு எழுந்திருக்க...*)

-Cut-

(C.M.S)

7. *சித்ரா:* (*கண்ணைக் கசக்கி அழுதவாறு நிற்கிறாள்.*)

(*சாந்தி* FieldIn *ஆகி சித்ராவை சமாதானம் செய்கிறாள்.*

சாந்தி: இந்தமாதிரி விஷயத்துக்கெல்லாம் வருத்தப்பட ஆரம்பிச்சா... உலகத்திலே சந்தோஷமாவே இருக்க முடியாது...)

- CUT

(C.M.S)

8. *கண்ணன்:* (*ஒரு பெருமூச்சுடன்*) *பொழைச்சி நொண்டிக்காலை இழுத்துக்கிட்டு கிடக்காம போய்ச் சேர்ந்தது...* (*என்றவாறே இந்தப் பக்கம் திரும்பிப் பார்க்க...*)

-Cut-

(M.S)

9. *சித்ராவும் சாந்தியும் வீட்டுக்குள் போகிறார்கள்...*

-Cut-

(C.M.S)

10. *சாந்தி ஹாலிலுள்ள நாற்காலியில் உட்கார்ந்து, பக்கத்திலுள்ள 'நொண்டிக்கிளி' என்ற புத்தகத்தை எடுத்துப் பிரித்து அதில் லயிக்கிறாள்...*

காலித்தனமான விசில் சத்தம். புருவத்தை நெளித்து சாந்தி பார்க்க...

(C.M.S) To (M.S)

11. *தோளில் மாட்டிய கிதாருடன் ராஜா, சாந்தியைப் பார்த்து விசில் அடித்துக்கொண்டே தன் ரூமுக்குள் போகிறான்...*

(Camera In (M.S) Composes *சாந்தி* **InThe Town Ground In**

(M.S)Camera Facing The Room Where ராஜா Changing The Dress அவனுடைய விசில் சத்தத்தினாலும், ஒருமுறை திரும்பிப் பார்த்து அவன் நின்றிருந்த கோலத்தினாலும் மிகவும் வெறுப்புடன் முகஞ்சுளிக்கிறாள். ராஜா Dress பண்ணிக் கொண்டிருக்கும்போது ரூமுக்கு சித்ராFieldIn ஆக போகிறாள்...)

-Cut-

(C.M.S)

12. ராஜா - சித்ரா

(Shotல் அந்த அறை, ராஜாவின் தனி அறை என்பதை விளக்குகிற மாதிரி... Back Groundல் ஆங்கில, இந்தி சினிமா நடிகர்களின் படங்கள்...) சித்ரா: (காதைப் பொத்திக்கொண்டு) என்ன அண்ணா! ஒரே விசில்... யார் வந்திருக்காங்கன்னு தெரியுமா...? எங்க டீச்சர்...!

-Cut-

(C.S)

13. ராஜா : (ஆரம்பத்தில்போலவே ஒருமுறை விசில் அடித்து) பரவாயில்லை... சினிமா ஸ்டார் மாதிரி இருக்கா...!

-Cut-

(C.M.S)

14. சாந்தி சோபாவிலிருந்து எழுந்திருக்க...

Overlap குரல்

சித்ரா : ஷட்அப்... அவங்க காதில விழப்போவுது...

Trolly Back சித்ரா சாந்தியிடம் வர...

(C.M.S)

15. சாந்தி: (கையிலிருந்த புத்தகத்தை எடுத்த இடத்திலேயே வைத்துவிட்டு) நான் வரேன் சித்ரா.. எனக்கு நாழியாச்சு...

என்று, அவள் பதிலை எதிர்பார்க்காமல் கேமராவை கிராஸ் செய்து போக... கேமரா அவளோடு.. Panஆகி சித்ரா Groundல் நின்று பார்க்க வேகமாக நடந்துபோகிறாள்... Camera Facing Street திரும்பும்முன் சாந்தி நின்று கண்ணன் இருக்கும் திசையைப் பார்க்க...

-Cut-

(C.M.S)

16. *கண்ணன்:* என்ன வந்தவுடனே புறப்பட்டாப்போல இருக்கே...

-CUT-

(C.M.S)

17. *சாந்தி:* எனக்கு ட்ரெயினுக்கு நாழியாச்சு...

-CUT-

(C.S)

18. கண்ணன்: இல்லையே... அந்த லோக்கல்லதானே...? அது வர்றதுக்கு இன்னும் அரை மணிநேரம் இருக்குதே...?

-CUT-

(C.M.S)

19. *சாந்தி – சித்ரா...*

சாந்தி : நான் வர்றேங்க... எனக்கு வேற வேலையும் இருக்கு...

என்று சொல்லி, ஒரு வணக்கம் தெரிவித்து திரும்புகிறாள் சித்ரா வருத்தத்துடன் கண்ணனை திரும்பிப் பார்க்க...

-CUT-

(C.M.S)

20. கண்ணன் ஒன்றும் புரியாதவனாக சித்ராவிடம் பார்வையாலேயே. 'என்ன விஷயம்' என்று கேட்கிறான் சித்ரா**FieldIN**ஆகி...

சித்ரா : இந்தச் சின்னண்ணா ரொம்ப மோசம்ண்ணா...

Out FieldVoice ராஜா : என்னண்ணா...?

என்று **FieldIN**ஆகி அவள் காதைப் பிடிக்க...

(ராஜா வந்தவுடன் **Camera Pans** கண்ணன்... **Avoided)**

- DISSOLVE-

காட்சி: 6

வகுப்பறை
(M.S)

1. மணி அடிக்கிறது... எல்லாக் குழந்தைகளும் எழுந்து வெளியில் போக, சித்ரா மட்டும் டெஸ்க் அருகே உட்கார்ந்திருக்கிறாள்... அவள் பார்வை நிமிர...

-Cut-

(M.S)

2. சாந்தி: (மேஜை டிராயரை பூட்டிக்கொண்டு தன் பையை எடுத்துக்கொண்டு தலைநிமிர்ந்து ஒருமுறை இவளைப் பார்த்து பார்க்காததுபோல் அவள் நடந்து சித்ராவை கிராஸ் செய்து போக...)சித்ரா : என்னை மன்னிச்சிடுங்க டீச்சர்...

Camera தூரத்திலிருந்தே Pannin சாந்தியைக் கொண்டு வந்து இவளருகே நிறுத்த வேண்டும்...

-Cut-

(C.M.S)

3. சாந்தி – சித்ரா... சித்ரா

சாந்தி: நீ என்னம்மா தப்பு பண்ணினே...? உன்னை நான் மன்னிக்கறதுக்கு...

(Top Angle சித்ரா InProm Camera Comes DownAvoides சாந்தி To (C.V) To சித்ரா)

சித்ரா : ஒருத்தர் செஞ்ச தப்புக்கு இன்னொருத்தர் மன்னிப்பு கேட்கக்கூடாதா...?

-Cut-

(C.M.S)

4. சாந்தி InProm சித்ரா InSug

சித்ரா குரல்: எங்க சின்ன அண்ணா... என்று சொல்ல ஆரம்பிக்க இடைமறித்து,

சாந்தி: ச்.... சிலபேர் சுபாவம் அப்படித்தான்.. இந்தமாதிரி பையன்களைத்தான் பஸ்ஸிலேயும் ரயில்வேயிலேயும் தினமும் பார்க்கிறேனே... (என்று சொல்லி நகர...)

(M.S)

5. சித்ரா: எங்க பெரியண்ணாகூட, எங்க ரொம்ப நாளா நீங்க வரலேன்னு கேட்டாரு. (சாந்தி தலைநிமிர்ந்து பார்க்க)

(வழக்கமாக, சித்ராவும் சாந்தியும் பிரிந்து மறைகிற சந்து...)

-CUT-

(L.S)

6. தூரத்தில் திண்ணையில் உட்கார்ந்திருக்கும் கண்ணன்...

(Zoom Forward கண்ணன் அவன் பார்வை வேறு எங்கோ இருக்க வேண்டும்..

சாந்தி குரல்: Overlap இவர் ரொம்பவும் உயர்ந்த பிறவி. இவர் பேசினா கேட்டுக்கிட்டே இருக்கலாம். கால் இல்லைனாலும் இப்படிப்பட்ட ஒருத்தருக்கு பேச்சுத்துணையா இருக்கறதே போதும்னு நினைச்சு நான் அடிக்கடி இவரைப் பார்க்க வந்தேன்...

Zoom கண்ணனை நோக்கி மெதுவாக நகர்ந்துகொண்டிருக்க.. சாந்தியின் குரல், அவள் குரல் ஏற்கனவே இருந்த சம்பாஷணை தொனியிலிருந்து மாறி சிந்திக்கும் பாவனையில் இருக்க வேண்டும்.)

-CUT-

(C.S) To (C.M.S)

7. சாந்தி ஒரு பெருமூச்சுடன் பக்கத்தில் பார்க்க...

அவள் குரல் அவள்மீதே : உனக்கு இப்படி ஒரு சின்ன அண்ணன் இருக்குறது தெரிஞ்சிருந்தா நான் உங்க வீட்டுக்கே வந்திருக்க மாட்டேன்...

கேமரா **(C.M.S)**க்கு வர சித்ரா **Included**

சித்ரா : என்ன டீச்சர்... ஒண்ணும் சொல்லாம நிக்கிறீங்களே.. வாங்க டீச்சர் வீட்டுக்கு...

சாந்தி: ப்ளீஸ்... என்னைத் தொந்தரவு பண்ணாதேம்மா... நான் வரேன்...

-CUT-

(M.S)

8. என்று திரும்பி சாந்தி, ஒரு அடி நடந்து மறுபடியும் திரும்பிப் பார்க்க... சித்ரா அங்கேயே நின்று இருக்க... சாந்தி தூரத்தில் கண்ணன் இருக்கும் இடத்தினைப் பார்த்து சித்ராவிடம்...

சாந்தி: உங்க பெரியண்ணா கிட்ட எனக்கு ஒண்ணும் கோபமில்லே... நான் வராததுக்கு மன்னிக்கணும்னு அவர்கிட்ட சொல்லு Good Bye.

-CUT-

(M.S)

9. கண்ணன் திண்ணையில் உட்கார்ந்திருக்க சித்ரா**Field In** ஆகி,

சித்ரா: எங்க டீச்சரை... நீ மன்னிக்கணும் அண்ணா...!

எங்கோ பார்த்துக் கொண்டிருந்த கண்ணன் திரும்ப.

-CUT-

(C.M.S)

10. இருவரும் *(சித்ரா In Sug கண்ணன் InProm)*

கண்ணன்: என்னம்மா... சொல்றே...

சித்ரா: எங்க டீச்சரை நீ மன்னிக்கணுமாம்...!

கண்ணன்: உங்க டீச்சர் என்ன தப்பு பண்ணுனாங்க...? அதுவும் எனக்கு...!

-CUT-

(C.M.S)

11. இருவரும் (சித்ரா InProm கண்ணன் **In Sug***)*

சித்ரா: ஒருத்தர் செஞ்ச தப்புக்கு இன்னொருத்தர் மன்னிப்பு கேட்டுக்கக் கூடாதா...? விசில் சத்தம் **Over Laps**

-CUT-

(M.S)

12. *ராஜா ஜாலியாக வந்து சைக்கிளில் இறங்குகிறான். அவன் மறைய,*

-CUT-

(C.M.S)

13. கண்ணன் – சித்ரா...

சித்ரா வெறுப்புடன் ராஜாவைப் பார்த்து கண்ணன் பக்கம் திரும்பி...

சித்ரா: எல்லாம்... இந்தக் கொரங்காலதான்... அன்னைக்கி எங்க டீச்சர் வந்திருந்தாங்கல்லே... அவங்களப் பார்த்துட்டு சினிமா ஸ்டார் மாதிரி இருக்காங்கன்னிச்சி... அதுவும் அவங்க காதிலே விழறாமாதிரி... நானும் எவ்வளவோ கூப்பிட்டுப் பார்த்தேன். இனிமே உங்க வீட்டுக்கு வரமாட்டேனுட்டாங்க.

கண்ணன்: (ஒரு பெருமூச்சுடன்) அப்படியா சொன்னாங்க... என்று கேட்டுத் திரும்ப.. (ரயில் சத்தம் Overlaps)

-Cut-

(CMS)

14. கண்ணன், – சித்ரா

அவர்கள்மீது வெளிச்சமும் நிழலும் ஓடி மறைகிறது. இருவரும் தூரத்தே பார்த்து கையசைக்கிறார்கள்...

-Cut-

(C.S)

15. சாந்தி: ரயில் ஜன்னல்வழியே முகம் தெரிகிறது. அவள் அரைமனதோடு பார்த்துக் கொண்டிருக்கிறாள்... கையசைக்காமல்...

/பாடல்/

காட்சி: 7

கண்ணன் வீடு

(C.S)

1. *கண்ணன் நடுவில் சித்ரா, ராஜா மூவரும் சாப்பிட்டுக் கொண்டிருக்கிறார்கள்.*

(சித்ரா சாப்பிட்டுக்கொண்டே வலப்புறமும் இடப்புறமும் பார்க்க, முதலில் கண்ணனும் இரண்டாவது ராஜாவும் வர **Shot CMS***ல்*

சித்ரா, பக்கத்திலிருக்கும் கண்ணனை நிமிண்டி ராஜாவை விசாரிக்கச் சொல்லுகிறாள்...)

(C.S)

2. ராஜா சாப்பிட்டுக்கொண்டே சித்ரா தன்னைப்பற்றி ஏதோ குத்திக் கொடுப்பதை முறைத்துப் பார்க்க...

அம்மாவின் OutField *குரல்: அவளை ஏன்டா முறைக்கற...?*

*(*Camera Trolly Back To (C.M.S) *அம்மா* Included *ராஜாவுக்கு பரிமாறிக்கொண்டே....*

அம்மா: எப்பப் பார்த்தாலும் யாரையாவது சீண்டிக்கிட்டே இருக்கறது...

ராஜா: (முனகிக்கொண்டே) நான் யாரையும் ஒண்ணும் சீண்டலே.. அவதான் அவனை என்னம்மோ நிமிண்டி உடறா..)

(C.M.S)

3. *கண்ணன். – சித்ரா*

(சாப்பிட்டுக் கொண்டிருந்த கண்ணன் சித்ராவைத் தாண்டி ராஜாவைப் பார்த்து...)

கண்ணன்: ஒரு பொண்ணு நம்ம வீட்டுக்கு வந்தா காலித்தனமாவா நடந்துக்குறது? அந்தப் பொண்ணு சாந்தி ரொம்ப வருத்தப்பட்டுதாம்...

-CUT-

(C.S) To (C.M.S)

4. *ராஜா: (சித்ராவைப் பார்த்து) ஏ... கொரங்கே... என்ன கோளிமூட்டி விட்டே!... உங்க டீச்சரை என்ன பண்ணாங்க... பெரிய டீச்சர்...*

(டைலாக் நடுவில் சித்ரா Included)

சித்ரா: என்ன மிரட்டற...? அன்னக்கி நீ அவங்களப் பார்த்து விசில் அடிக்கலே? அப்புறம் சினிமா ஸ்டார் மாதிரி இருக்காங்கன்னு கமெண்ட் அடிக்கலே...?

ராஜா: ஆமாம்... சினிமா ஸ்டார் மாதிரி இருந்தா... சினிமா ஸ்டார்ன்னுதான் சொல்லுவாங்க...

சித்ரா : அப்படீன்னா உன்னைப் பார்த்து காலிப்பையன்னு தான் சொல்லுவாங்க எல்லோரும்...

OutField Voice *அம்மா: என்னடி... வாய் ரொம்ப நீளுது...?*

சித்ரா: (தலைநிமிர்ந்து அம்மா இருக்கும் திசைபார்த்து) இது மட்டும் சினிமா ஸ்டார்ன்னு சொல்லலாமோ எங்க டீச்சரை...

-CUT-

(C.S) To (C.M.S)

5. *ராஜா : இதோ பாரு, நான் நெஜமாகவே யாரோ சினிமா ஸ்டார் வந்திருக்காங்கன்னு நினைச்சேன்...*

(Trolly Back *சித்ரா)*

சித்ரா : உனக்கு அதே புத்தி...

Out FieldVoice *கண்ணன் : சித்ரா !*

-CUT-

(C.S) To (C.M.S)

6. *கண்ணன்: நீயும் அவன்கிட்ட இப்படி பேசக்கூடாது.*

சித்ரா: **Sorry...** *அண்ணா என்று சாப்பிட....*

(Trolly Back *சித்ரா* **Included)**

கண்ணன்: முதல்ல நம்ம வீட்டுக்கு வந்தவங்க யாரா

இருந்தாலும் நாம மரியாதையா நடந்துக்கணும்... அந்தப் பெண்ணை நீ சினிமா ஸ்டார்ன்னு சொன்னதுகூட தப்பில்லை... அது காதிலே விழறாமாதிரி அப்படிச் சொன்னது தப்புதான் இல்லையா...?

(Camera Pans To *ராஜா* **Avoides** *கண்ணன்...* **சித்ரா – ராஜா InField)**

ராஜா: நான் யார் காதிலேயும் விழணும்னு சொல்லலே... சித்ரா: (குறுக்கிட்டு) பொய் சொல்லாதே? நீ அவங்க காதிலே விழணும்னே சொன்னே...

-CUT-

(C.S)

7. *ராஜா: (ஒரு நிமிஷம் பதில் சொல்லமுடியாமல் திகைக்க)*

OutField Voice கண்ணன் முனகல்: இப்ப என்னடா சொல்ற தப்பை தப்புன்னு ஒத்துக்கணும்...

ராஜா: (தலைநிமிர்ந்து) அதுக்கு என்ன பண்ணச் சொல்றே? காதிலே விழறமாதிரி சொன்னதுக்காக அவ கால்லே போயி விழணுமோ...?

-CUT-

(C.S)

8. கண்ணன்: (தட்டில் கை கழுவிக்கொண்டே) கால்ல விழ வேணாம்... கௌரவமா மன்னிப்பாவது கேட்கணும்....

-CUT-

(C.S)

9. *ராஜா: (ஏதோ யோசித்தவாறு கை கழுவுகிறான்...)*

-MIX-

காட்சி: 8

வழக்கமாக சித்ராவும் சாந்தியும் விடைபெற்றுக் கொள்ளுகிற இடம்...

(M.S)

    1. சாந்தியும் சித்ராவும்: சாந்தி, சித்ராவிடம் கையாட்டிக் கொண்டே தூரத்தில் பார்க்கிறாள்...

-Cut-

(L.S)

    2. எங்கோ பார்த்தவாறு உட்கார்ந்திருக்கும் கண்ணன்.

-Cut-

(M.S)

    3. சாந்தி ரயில்வே ஸ்டேஷனுக்கு அருகே வந்துகொண்டிருக்க சைக்கிளில் மணியடித்தவாறு அவளைக் கடந்து வந்து சைக்கிளிலிருந்து இறங்குகிறான் ராஜா...

-Cut-

(C.S) To (C.M.S)

    4. சாந்தி: (திகைப்புடன் தலைநிமிர்ந்து பார்க்க... Trolly Back ராஜா Included)

    ராஜா: (கைகூப்பி) வணக்கம் மிஸ்...! நான் சித்ராவோட அண்ணன்...

    சாந்தி: தெரியும்...! (வணக்கம் தெரிவிக்கிறாள்.)

(C.S)

    5. ராஜா: (மிகவும் மரியாதையுடன்) உங்ககிட்ட நான் மன்னிப்பு கேட்கறதுக்காக வந்தேன்...

(C.S) To (C.M.S)

    6. சாந்தி: (எங்கோ முகம் திரும்பி) நான் யாரையும் மன்னிக்கவேண்டிய அவசியமில்லை...

    Trolly Back ராஜா: அப்படிச் சொன்னா அப்புறம் எப்படி...! நான் இல்லே இப்ப தப்பு பண்ணிட்டு தவிக்கிறேன்...

    (சாந்தி இவனைப் பார்க்க...)

-Cut-

(C.S)

7. ராஜா: உங்களைப் பார்த்த சந்தோஷத்துல அன்னைக்கி நான் என்னமோ புத்தியில்லாம பேசிட்டேன்...

Trolly Back To (C.M.S) ராஜா: அதைப் போயி சித்ரா எங்க அண்ணன்கிட்ட வத்திவச்சிட்டது... எங்க அண்ணன் ரொம்ப கோவிச்சிக்கிட்டாரு... நான் காலிப்பயலாம்.... உங்களுக்கு அப்படித் தோணுதா, என்னைப் பார்த்தா...?

-CUT-

(C.S)

8. சாந்தி: பொதுவா எனக்கு யாரும் விசிலடிச்சா புடிக்காது...

ரயில் விசில் சத்தம் **Overlaps Trolly To (C.M.S)**

சாந்தி காதைப் பொத்திக்கொள்கிறாள். இருவரும் சிரிக்கின்றனர்.

-CUT-

(M.S)

9. ராஜா: எனக்கு விசில் ஒரு ஆர்ட். பிரைஸ் எல்லாம் வாங்கியிருக்கேன்... நீங்க அதை தப்பா நினைச்சிட்டீங்கபோல இருக்கு... எங்க வீட்டு வாசப்படிகூட மிதிக்கமாட்டேன்னு சொன்னீங்களாமே... சித்ராகிட்ட... **I Feel Very Sorry...**

-CUT-

(C.S)

10. சாந்தி: (மௌனமாக தலைகுனிந்து மறுபடியும் அவனைப் பார்த்து) பரவாயில்லை... அதுக்காக நீங்க ஒண்ணும் வருத்தப்பட வேண்டாம்...

-CUT-

(C.S)

11. ராஜா: எங்க அண்ணன்தான் ரொம்ப வருத்தப்பட்டுக்கிட்டு இருக்காரு... அவரும் சித்ராவும் என்கிட்ட பேசறதையே நிறுத்திட்டாங்க...

-CUT-

ஜெயகாந்தன் ❖ 63

(C.M.S)

12. சாந்தி : ஐய்யய்யோ! என்னாலே உங்க வீட்டிலே இவ்வளவு மனஸ்தாபமா...?

ராஜா: ம்... என்னாலதான்.... நீங்க என்ன மன்னிச்சதுக்கு அடையாளமா... இப்போ எங்க வீட்டுக்கு வந்து ஒரு கிளாஸ் வாட்டராவது குடிச்சிட்டுப் போவணும்...

-Cut-

(C.V)

13. சாந்தி : இப்பவே வா... (அவள் குரல் அவள்மீதே)

-Cut-

(C.V)

14. ராஜா: ம்... இப்பவே... (அவன் குரல் அவன்மீதே)

-Cut-

(C.M.S)

15. ஒருவரை ஒருவர் நேருக்குநேர் பார்த்துக்கொண்டு (Without Lip Movement)

(Facing InProfile)

சாந்தி : உங்களோடயா...?

ராஜா : ம்... என்னோடதான்...

(Trolly Back To (M.S)

சாந்தி: (With Lip Movement) எனக்கு ட்ரெயினுக்கு நேரமாச்சு. இன்னொரு நாளைக்கு வர்றேன்...

ராஜா: (அவளை மறுத்துத் தலையாட்டி) உங்களுக்கு ட்ரெயின் எத்தனை மணிக்கு...'? உங்க வீடு எங்க? எல்லா விஷயமும் எனக்குத் தெரியும்... ட்ரெயினுக்கு நேரமிருக்கு... வாங்க ... ப்ளீஸ்...

-WIPE

காட்சி: 9

கண்ணன் வீடு

(M.S)To (C.M.S) 1

(Camera Facing The House From Entrance Fore Ground ல் ராஜாவின் பின்புறமும் Distanceல் ஹாலுக்குள் யாருக்கோ வணக்கம் தெரிவித்தவாறு போகிற சாந்தியும்... Trolly Forwarding To (C.S) Avoiding ராஜா In (C.M.S) சாந்தியின் முதுக்குப்புறம் InFore Ground சோபாவில் உட்கார்ந்திருக்கும் கண்ணன் InProm

கண்ணன் How Nice To See You...

(அவன் வணக்கம் தெரிவிக்க Without Lip Movement)

-Cut-

(C.S)

2. சாந்தி

Out FieldVoice கண்ணன் : என் தம்பி உங்ககிட்ட ஏதோ தப்பா நடந்துக்கிட்டான்போல இருக்கு...

(தூரத்தில் இருந்து ஒரு அருமையான இசை விசில் ஒலியில். சாந்தி, அந்த இசையை லயித்துக் கேட்டு அந்தப்பக்கம் முகம் திரும்பி தனக்குள்... முனகுவதுபோல் With Lip Movement)

சாந்தி : நான்தான் தப்பா நினைச்சிக்கிட்டேன்...

Trolly Forword ForeGround சாந்தி Profile (E.C.V) Distance (M.L.S) ராஜா தூணில் சாய்ந்தவாறு விசிலடித்துக் கொண்டிருக்கிறான்...

-Cut-

(C.S) To (C.M.S)

3. கண்ணன் – சாந்தி (கண்ணன் சாந்தியை கவனிக்க)

(Trolly Back To (C.M.S) Included சாந்தி இதுவரை விசில் சத்தம் வரும் திசையைப் பார்த்துக் கொண்டிருந்தவள் திரும்புகிறாள்.

சாந்தி : விசிலிங் ஒரு கலைதான் (கண்ணன் சிரிக்க)

-Cut-

(M.S)

    4. சித்ரா FieldIn ஆகி இருவருக்கும் காபி தருகிறாள்...

  (மூவரும்)

-Cut-

(C.M.S)

    5. கண்ணன்: (காபியை பருகிக்கொண்டே) எண்ணமும் நோக்கமும் உயர்வா இருந்த இது கலையா ஆயிடுது... இல்லைனா காலித்தனம் ஆயிடும் இல்லையா...?

  பின்னணி இசையாக விசில் சத்தமே இருக்க வேண்டும் "காற்றினிலே வரும் கீதம்."

-Cut-

(C.M.S)

    6. கையில் காபி தம்ளருடன் விசில் சத்தத்தை ரசித்துக்கொண்டே குடிக்கிறாள்...

  (விசில் தொடர்கிறது...)

  அவள் குரல் அவள்மீதே: விசில் பண்ணதுக்காக இவரை நீங்க ரொம்ப கோபிச்சுக்கிட்டீங்களாமே....

  கண்ணன்: (அவன் குரல் சாந்தியின்மீது) ராஜா கொஞ்சம் மொரட்டுத்தனமா நடந்துக்குவான். ஆனா ரொம்ப நல்லவன்...

  சாந்தி : ஆனாலும் உங்க தம்பி உங்களமாதிரி இல்லை...

  Camera Pans Avoides சாந்தி **Includes** கண்ணன்.

  கண்ணன்: கால் இருக்கறவங்க துள்ளுவாங்க கொஞ்சம்...

  OutField Voice அம்மா: எல்லாம் ஒரு கட்டுப்போட்டா சரியாப் போயிடும்...

(M .S)

    7. சாந்தி உட்கார்ந்திருக்க, அவள் பின்னால அம்மா சிரித்துக்கொண்டே....

  அம்மா: உங்க வீட்லே யார் யார்மா இருக்கீங்க...?

  சாந்தி: (எழுந்து) நானும் எங்க அம்மாவும் மட்டும்தான்...

அம்மா : கூடப் பொறந்தவங்க...?

சாந்தி : இல்லையென்று தலையாட்டுகிறாள்...

அம்மா சாந்தியை நன்றாகக் கவனிக்கிறாள்...

-CUT-

(M.S)

8. Camera **FACING THE HOUSE FROM STREET** Fore-Ground ல் தூணில் சாய்ந்திருக்கும் ராஜா, உள்ளே இருந்து சாந்தியும் அவளைத் தொடர்ந்து சித்ராவும் அம்மாவும் வாசற்படி வரை வருகின்றனர்...

அம்மா : ஞாயிற்றுக்கிழமை அன்னிக்கு நானும் சித்ராவும் உங்க வீட்டுக்கு வர்றோம்... அம்மாகிட்டே சொல்லி வை...

(ராஜாவின் விசில் சத்தம்)

-MIX-

காட்சி: 10

சாந்தி வீடு

(C.S) To (C.M.S)

1. சாந்தி....

(Lightly Panning Composing சாந்தி In the Foreground Looking Window In a Thinking Mode... The Background Music. ராஜாவின் விசில் சத்தம், கதவு திறக்கப்படும் சத்தம்...

-Cut-

(C.M.S)

2. சாந்தியின் அம்மா: கதவைத் திறந்து உள்ளே வந்து சாந்தியிடம்....

சாந்தியின் அம்மா : என்னடி அவங்க எல்லாம் வந்திருக்காங்க. நீ உள்ளே வந்து உட்கார்ந்திக்கிட்டே இருக்கியே...?

(Camera Follows அம்மா...Includes BOTH)

சாந்தி: அவங்க உன்னைப் பார்த்துப் பேசத்தானே வந்திருக்காங்க.

-Cut-

(C.S)

3. அம்மா: (குரலைத் தாழ்த்தி) அந்தப் பையனும் வந்திருக்கான். நீயும் வா... உனக்குத் தெரிஞ்ச மனுஷன்தானே...?

என்று திரும்ப...

-Cut-

ஹால்

(M.S)

4. ராஜாவும் அவன் தாயும் உட்கார்ந்திருக்கிறார்கள்.... சித்ரா ஓர் அறைக்கதவைத் திறக்க... உள்ளே இருந்து முதலில் சாந்தியும்... பின்னால் அம்மா வர...

சித்ரா : வணக்கம் டீச்சர்...!

-Cut-

(C.M.S)

5. சாந்தி : (அவர்களை வரவேற்று) வாங்க... வணக்கம்...

(Camera Follows Her அம்மா உட்கார்ந்திருக்க சோபாவுக்குப் பின்னால் வந்து நிற்கிறாள்.

சாந்தி அம்மா : சாந்தி! நீயும் உட்கார்... நாங்கள்லாம் ரொம்ப மார்டன். எனக்கு வெட்கப்படறவங்களைக் கண்டாலே பிடிக்காது. அந்தக் காலத்திலேயே நானும் இவ அப்பாவும் சொந்தமா சுயமரியாதைக் கல்யாணம் பண்ணிக்கிட்டவங்க... அதெல்லாம் சொல்லிடனும் இல்லிங்களா.. எங்களுக்கு ஜாதி, மத நம்பிக்கை... சாமி நம்பிக்கையெல்லாம் கிடையாது...

-CUT-

(C.S) To (M.S)

6. சாந்தி: ஐயே... போதுமே நம்ம புராணம். நம்பறதும் நம்பாததும் தனிப்பட்டவங்க விஷயம்... எனக்கு சாமி நம்பிக்கை உண்டு. அதைச் சொல்லமாட்டியே...

(ராஜாவின் அம்மா Included சாந்தி அம்மா, சாந்தி)

ராஜாவின் அம்மா : கல்யாணம் பண்றது, தாலி கட்றதுலயாவது நம்பிக்கை உண்டா...?

-CUT-

(C.S) To (C.M.S)

7. சாந்தியின் அம்மா In (C.M.S) சாந்தி Included

சாந்தி அம்மா: (சிரித்து) என்னதான் மூடநம்பிக்கைன்னு ஒதுக்கி வெச்சாலும், உலகத்துக்காக சிலதை கைவிட முடியலையே? ஆனால் யோசிச்சுப் பார்த்தா இதெல்லாம் ஒரு அர்த்தமும் இல்லேன்னு சொல்றேனே ஒழிய நான் எதையும் தடுக்கலே. ஆனால் காசு பணத்தையும் நாங்க மதிக்கிறதில்லை, மனுஷாளும் குணமும்தான் முக்கியம்... நீங்க ரொம்ப நல்ல மனுஷாள்ன்னு சொல்லியிருக்கா... சாந்தி... உங்க மூத்த மகனைப் பத்தித்தான் நிறைய பேசுவா...

(அவள் அம்மா பேசிக்கொண்டிருக்கும்போது சாந்தி அங்கிருந்து OutField ஆக வேண்டும்...)

-CUT-

ஜெயகாந்தன் ❖ 69

(C.M.S) To (M.S)

8. ராஜாவின் அம்மா: (ஒரு பெருமூச்சுடன்) பத்து வருஷமா எனக்கு அவன் கவலைதாங்க. நல்லா இருந்த பையன். திடீர்ன்னு ஒரு ஜுரம் வந்திச்சி பன்னெண்டு வயசுல... அதுல படுத்தவன் எழுந்து நடமாடவேயில்லை... நானும் பார்க்காத டாக்டர் இல்லை... போகாத கோயில் இல்லை... (கையில் இருந்து கோயில் பிரசாதங்களை எடுத்தவாறே)

(**Shot** ஆரம்பத்தில் ராஜா பின்னணியில் அம்மா **Prom Frame When Camera Moves (M.S)** அவர்களுக்குப் பின்னால் உள்ள ஜன்னல்வழியே கையில் காப்பி டிரேயை ஏந்தியிருக்கும் சாந்தி தெரிய **ForeGround**ல் சாந்தியின் அம்மாவின் **Profile** (ராஜாவின் அம்மாவின் டைலாக் தொடர்ந்துகொண்டே)

ராஜாவின் தாய்: இப்பக்கூட வர்றவழியில ஒரு முருகன் கோயிலுக்குப் போயி 'முருகா என் குழந்தைக்கு காலைக்குடு'ன்னு வேண்டி, ஒரு அர்ச்சனை பண்ணிக்கிட்டு வந்தேன். சாந்தியின் தாயிடம் அவள் பிரசாதத்தை நீட்டுகிறபொழுது அவள் கொஞ்சம் தயக்கத்துடன் அதை வாங்க,

-CUT-

(சாந்தி குனிந்தநிலையில் ப்ரேமுக்குள் வர வேண்டும்)

(C.M.S)

9. சாந்தி: (கையில் ட்ரேயுடன் வந்து) அம்மா ட்ரேயை நீ புடிச்சுக்கோ... முருகன் கோவில் பிரசாதமா..? என்று தாயின் கையில் ட்ரேயை கொடுத்து விபூதியை தான் வாங்கி நிலைமையைச் சமாளிக்கிறாள் சாந்தி...

-CUT-

(C.M.S)

10. சாந்தி – அவள் தாய்...

(சாந்தி, விபூதியை நெற்றியில் அணிந்துகொள்ள சாந்தியின் தாய் கையிலிருந்த காபி ட்ரேயை ராஜாவின் தாயிடம் நீட்ட... **And Camera Pans)**

ராஜாவின் தாய் : அம்மாவுக்கு விபூதி கொடு...

(காப்பி எடுத்துக்கொண்டே சாந்தியிடம்...)

சாந்தியின் தாய் : பரவாயில்லை...!

(Camera Pans Along With Shanthis Mother ராஜாவிடம் அவள் காப்பி ட்ரேயை நீட்ட,)

OutField Voice ராஜாவின் தாய் : இன்னிக்கி ஆடிக் கிருத்திகை, கோயில்ல ரொம்ப விசேஷம். அம்மாவுக்கு விபூதியைக் குடேன்ம்மா... அதுவும் நம்ப முருகன் கோயில் ரொம்ப விசேஷம்...

(ராஜா தாயைப் பார்த்து அவள் அசட்டுத்தனத்தை நொந்துக்க InAction Camera Pans சித்ரா சிரிக்க...)

ராஜா : அம்மா போதுமே.... உன் கந்தபுராணம்...

சாந்தியின் தாய் Goes Out Field

(C.M.S)

11. சாந்தி – சாந்தியின் தாய்.

சாந்தியின் தாய் : நீங்க தப்பா நினைச்சுக்கக் கூடாது... விபூதியை தொட்டாலே எனக்கு விரல் கூசும்.. சாம்பல்தாணுங்களே...

சாந்தி : அம்மா போதும், உன் பகுத்தறிவு பிரச்சாரம்...

Camera Pans To ராஜா: அவங்கதான் ஆரம்பத்திலேயே சொன்னாங்க இல்லே...? அவங்க சுயமரியாதக்காரங்கன்னு...

(Camera Pans To Rajas Mother To GoTo (C.V))

ராஜாவின் அம்மா: (அதிசயித்து முகவாயில் வைத்த கையுடன்) அ க்கடவுளே சுயமரியாதைன்னா இதுதானா...? Scene Change

காட்சி: 11

கண்ணன் வீடு, ஹால்.

Trolly Back To (C.S)

1. ராஜாவின் அம்மா : ஆனா அந்தப் பொண்ணு ரொம்ப நல்லமாதிரி... அந்த அம்மா ஒருமாதிரி... ஒரு பழங்காலப் பகுத்தறிவு...

(Trolly Back To (C.M.S) Included Kannan Sitting On A Sofa அம்மா அவன் நெற்றியில் திருநீர் இடுகிறாள். **Out-FieldVoice** ராஜாவின் சிரிப்பு.. கண்ணன் சிரிப்பு வந்த திசையைப் பார்க்க...)

-CUT-

(C.S)

2. ராஜா

OutField Voice கண்ணன்: நம்ம பையனை அவங்களுக்குப் பிடிச்சிருக்கா...? இவனுக்கு அந்தப் பொண்ணை பிடிச்சிருக்குன்னுதான் தெரிஞ்சிருக்கே...?

(Trolly Moves Slowly To (M.S) Included In Distance சித்ரா ஸ்கிப்பிங் ஆடிக்கொண்டு அம்மா **InForeGround**ல் கண்ணன் – ராஜா **InProm** ராஜா சோபாவுக்குப் பின்னால் நிற்க)

சித்ரா: (எழுந்து இவர்களை நெருங்கி வந்து) அண்ணா எனக்குத் தெரியும், எங்க டீச்சருக்கு நம்ம வீட்ல இருக்குற எல்லாரையும் பிடிச்சிருக்கு... ஒருத்தரைத்தான் பிடிக்கல. அது யார் சொல்லுங்கோ?

-CUT-

(C.S)

3. கண்ணன் : நான்தான் (என்று சித்ராவைப் பார்க்க)

-CUT-

(C.S)

4. சித்ரா: போண்ணா... உன்னைத்தான் அவங்களுக்கு ரொம்பப் பிடிக்கும்... தோ (என்று ராஜாவைக் காட்ட)

Camera PansTo *ராஜா: (அவளை அலட்சியமாக) உனக்கு ரொம்பத் தெரியும்...என்று அழகு காட்ட,*

OutField Voice *அம்மா: போடீ...! ரொம்ப பெரிய மனுஷியாட்டம் எல்லாத்துக்கும் வந்துடு... (சித்ரா ஸ்கிப்பிங் கயிற்றைச் சுழற்ற)*

-CUT-

(M.S)

5. *சித்ரா ஸ்கிப்பிங் ஆடிக் கொண்டிருக்கிறாள்... அம்மா* **Field In.**

அம்மா : எப்பப் பார்த்தாலும் குதிச்சுக்கிட்டே... குடு அந்தக் கயிறை... கொடி கட்டலாம்...! என்று கயிற்றைப் பிடுங்கிக்கொண்டு **OutField***ஆக,*

சித்ரா : (அம்மாவை ஒரு விநாடி பார்த்து) அழகுகாட்டி கயிறு இல்லாமலேயே ஸ்கிப்பிங் ஆடிக்கொண்டு போக...

-CUT-

(C.M.S)

6. *ராஜா – கண்ணன் (யோசித்தவாறிருக்கும் ராஜாவை சற்றுப் பார்த்து கண்ணன், சோபாவின் மீதிருக்கும் அவன் கையின்மீது தன் கையை வைத்து அழுத்தி)*

கண்ணன் : என்ன ? அம்மாகிட்ட சொல்லி மேற்கொண்டு ஏற்பாடுகள் எல்லாம் பண்ணலாம் இல்லே...? என்னடா... பொம்மனாட்டி மாதிரி வெட்கப்படறே...!

-CUT-

காட்சி: 12

சாந்தி வீடு.

(C.S)

1. சாந்தி (தலைகுனிந்து உதட்டைக் கடித்து யோசிக்கும்நிலையில்)

(Trolly Back சாந்தியின் அம்மா சோபாவில் உட்கார்ந்து சாந்தியை விழி உயர்த்திப் பார்த்து)

அம்மா: நீ வெட்கப்பட்டுக்கிட்டு பேசாம இருக்கியா...? விருப்பம் இல்லாம பேசாம இருக்கியான்னு ஒண்ணும் புரியலையடி...? (சாந்தி திடீரென சிரிக்கிறாள்.)

-CUT-

(C.V)

2. சாந்தி சிரித்துக்கொண்டே,

(சிரிப்பு நின்றதும் **Trolly Back** சாந்தி இருந்த இடத்திலிருந்து எழுந்து அந்த ஹாலில் இன்னொரு மூலைக்குப் போய் புத்தகங்கள் நிறைந்த அலமாரியின் அருகே நின்று இந்தப்பக்கம் திரும்பி In

(M.S) சாந்தி: கதையில் வர்றமாதிரி திருப்பங்கள் வாழ்க்கையிலேயும் ஏற்படறத நெனைச்சு சிரிப்புதான் வருது...)

-CUT-

(C.M.S)

3. அம்மா: (பின்னிய ஸ்கார்ப்பினூடே பார்த்து அதை விலக்கிய பின்) திருப்பம் நேரலாமா, சிக்கல் வந்திடக்கூடாது.... அது கதையில் நல்லாயிருக்கும்... என்று எழுந்திருக்க,

-CUT-

(C.M.S)

4. சாந்தி புத்தக ஷெல்பருகே சாய்ந்திருக்கிறாள் அம்மா **FieldIn**ஆகி...

சாந்தி அம்மா: உன்னைவிட்டுப் பிரியனுமேன்றதுக்காகத்தான் உன் கல்யாணத்தைப் பத்தி நான் யோசிக்காமலேயே இருந்தேன்... ஆனால் நீயுமா யோசிக்காமலிருக்க முடியும்...? அப்படி நீ யோசிச்சதாலேதான், யார் வீட்டுக்கும் போகாத நீ இவங்க வீட்டுக்குப் போனேன்னு நான் நெனைச்சேன்... சரிதானே...?

சாந்தி: (அம்மாவைப் பார்த்து) "இல்லை" என்பதாகத் தலையாட்டி.. **NO...**

-CUT-

எங்கோ பார்த்து...

(C.S)

5. சாந்தி: நீ நினைச்சது முழுக்க சரியில்லை... எனக்கு அப்படி ஒரு எண்ணம் முதல்லே ஏற்பட்டது உண்மைதான்... ஆனா இங்க வந்தாரே... அவரைப் பார்த்து இல்லை... (அவள் கண்கள் கலங்குகின்றன) அவரை நேருக்குநேராகப் பார்த்ததுக்கு அப்புறம் அந்த எண்ணம் போயிடுத்து... அவரே சொன்னமாதிரி... (அம்மா அவளை நெருங்கி அவள் கைகளை அன்போடு பற்றிக்கொண்டு)

(Trolly Back அம்மா **Included)**

(C.S)

6. அம்மா : நீ சொல்றதைப் பார்த்தா அந்த மூத்தபையன் ரொம்ப பிரில்லியன்ட்டாதான் இருக்கணும்... நாம அவங்ககிட்ட கருணைதான் காட்டலாம்...

-CUT-

காட்சி: 13

டைனிங் ஹால்.

(Time Change Trolly Back அம்மா சொல்வதை ஆமோதித்து ஆனால் வருத்தமாகத் தலையசைக்கிறாள்... டைனிங் டேபிளின் முன்னால்... **(While Eating)**

சாந்தி: அது சரிம்மா... அவர் தம்பியை நான் கல்யாணம் பண்ணிக்கறதுங்கற ஒரு பிரச்சனையைப் பத்தி நான் யோசிக்கவே இல்லையே...

அம்மா **Field In** ஆகி அவள் தட்டில் எதையோ போட்டு,

அம்மா: நீ யோசிச்சு இருக்கணும். எங்க, என்னைப் பார்த்துச் சொல்லு...?

சாந்தி: (முகம் நிமிர்த்தி அம்மாவைப் பார்த்து) ஆமாம்மா... நான் அவர் தம்பியைப் பத்தி யோசிக்கவே இல்லை...

-CUT-

(C.S) To (C.M.S)

2. *அம்மா: (திரும்பிப் பார்த்து) இப்ப யோசிக்கலாம் இல்லை... (கேமராவுக்குமுன் நன்றாகத் திரும்பி) அதுமட்டும் இல்லைமா... இப்ப யோசிச்சே ஆகணும். அவங்க ரொம்ப கௌரவமான குடும்பமாத் தோணுது. நாம் பேசாம இருந்தா... அது அவமரியாதை... நான் எதுக்கும் எப்பவும் உன்னை கம்ப்பல் பண்றது இல்லை, கட்டுப்படுத்தினதும் இல்லை... இது, நீயா ஏற்படுத்திக்கின சிநேகிதம்... உனக்கு சம்மதமா இல்லையான்னு நீதான் சொல்லணும்... ஒண்ணும் சொல்லாம இருக்கக் கூடாது...*

(டைனிங் டேபிளின் இன்னொருபக்கம் வந்து உட்கார்ந்தவாறே...)

(C.S) To (C.M.S)

3. சாந்தி : கையில் தம்பளருடன் யோசித்துக்கொண்டே தண்ணீர் குடித்துவிட்டு சாப்பிடுகிற சாந்தியை **Trolly Back** பார்த்துக் கொண்டு...

சாந்தி அம்மா : குழந்தைக்கு நடக்க கத்துக்குடுக்குறதும் ஒரு தாயின் கடமைதான்... நான் சொல்றேன்னு தப்பா

நினைச்சுக்காதே... **There Should Not Be Any Dissappointment Inyour Life...** நீ எப்படி நினைச்சிருந்தாலும்... அந்தப் பெரிய பையன் அப்படி உன்னை நினைச்சிருக்க மாட்டான்னு தோணுது... **Am I Right...**

சாப்பிட்டுக் கொண்டிருந்த சாந்தி 'சடக்'கென தலைநிமிர்ந்து தாயைப் பார்க்கிறாள்... **As If The Mother Has Pointed Out The Fact...**

அம்மா: அவருடைய பிரண்ட்ஷிப்னாலே இந்த சம்பந்தம் உனக்கு ஏற்படுதுன்னு நான் நினைக்கிறேன்... அதில் ஒண்ணும் தப்பில்லை.. இந்தப் பையனை எனக்குப் பிடிச்சிருக்கு.. உனக்குப் பிடிக்குமேயானால் எனக்கு ரொம்ப சந்தோஷம்...

-CUT-

(C.M.S)

4. (சாந்தி எழுந்து வந்து அம்மாவுக்கு தட்டில் எதையோ பரிமாறுகிறாள். அம்மா, சாந்தியின் முகத்தை உற்றுக் கவனிக்க. அதை உணர்ந்து சாந்தி, உள்ளுக்குள் சிரிக்க அது முகத்தில் வெளிப்பட...)

சாந்தி: (அம்மாவைப் பார்த்து) என்னம்மா அப்படிப் பார்க்குறே...?

-CUT-

(C.S)

5. இருவரும் (ஒருவரையொருவர் பார்த்துக்கொள்ள)

அம்மா: என்ன? சம்மதம்தானே... (சாந்தியின் கண்கள் மூட)

-CUT-

காட்சி: 14

(நாதஸ்வர இசை, பாட்டு திருமணக்கோலத்தில் சாந்தியும் ராஜாவும் கண்ணனிடம் ஆசிர்வாதம் பெற்றுக்கொள்கின்றனர்...)

Last Shot Inthe Song...

(C.V) Of வாழைக்குலை **Trolly (M.S)**

(கல்யாண வீட்டின் முகப்பு **Camera Tilts Down In (C.S)** கல்யாணக்கோலத்தில் ராஜா - சாந்தி **Camera Moves Along With Them In (M.S)** கண்ணன் இவர்களைக் கண்டு எழுந்திருந்து நிற்க (சுவரைப் பிடித்தபடி) இருவரும் வந்து காலில் விழ, அட்சதை போடுகிறான் **Camera Tilts Up To** கண்ணன் முகம்... **In (C.V)**

காட்சி: 15

தீபாவளிக் கொண்டாட்டம்.

1. வீட்டுக்கு முன்னால் தெருவில் திண்ணையில் குட்டீஸ் குழந்தைகள் மத்தாப்பு, பட்டாசு, புஸ்வாணம் கொளுத்துதல். கூட்டத்தில் சித்ரா அவள் கண்ணனிடம் வர.

-Cut-

2. கண்ணன் – சித்ரா

-Cut-

3. அம்மா – சாந்தி அடுப்பங்கரையில் அம்மா சற்று எழுந்து போக, சாந்தியின் பின்னால் ராஜா ஊசிப் பட்டாசுக் கட்டை கொளுத்திப் போட... அவள் பயந்து ஓட...

-Cut-

4. பெரிய புஸ்வானம் ஒளியில் சாந்தி – ராஜா, ராஜா சாந்தியை நெருங்க, ஜன்னல்வழியே தெரியும் கண்ணன்...

(எங்கோ பார்த்துக்கொண்டிருக்கும் கண்ணன். Camera Goes Closer...)

-Cut-

ஜன்னலுக்கு வெளியே, கண்ணன் InProm அறையினுள் சாந்தி ராஜா Frameல் வந்து,

(C.M.S)

5. ராஜா – சாந்தி : சாந்தி கண்ணனைப் பார்க்க அவள் முகம் மாறுகிறது. அதைக்கண்டு ராஜா (அவளிடம்) என்ன சாந்தி திடீர்ன்னு ஒருமாதிரி ஆயிட்டே....? சாந்தி ஜன்னல் அருகே இருந்து... கண்ணன் மீதிருந்த பார்வையைத் திருப்பி உள்ளே வர, கண்ணன்...

சாந்தி : உங்க அண்ணா கொஞ்சநாளா ரொம்ப வருத்தமா இருக்கார்.. ஊரே சந்தோஷமா இருக்கும்போது அவர் பரிதாபமா தனியா உட்கார்ந்துக்கிட்டு இருக்கார்..

-Cut-

(C.M.S)

    6. ராஜா: (ஒரு புதுச் சட்டையை அணிந்துகொண்டே) அவருக்கென்ன...? திடீர் திடீன்னு ஏதாவது Mood வந்திடும்.. அதை நான் கவனிக்கிறதே இல்லை... ஆனா உனக்கு அதைப் பார்த்தா திடீர் திடீர்ன்னு Mood என்னமோ ஆயிடுது... போயி நீயே அவரைக் கூப்பிட்டு குளிச்சு புதுச கட்டிக்கச் சொல்லு...

Field In சாந்தி: ஏன் நீங்க சொல்லக்கூடாதோ..

    ராஜா: உனக்கு ஒண்ணும் தெரியாது. நான் ஏதாவது சொன்னால் அவர் ஏதாவது சொல்லுவார். அப்புறம் அம்மா ஆரம்பிச்சுட்டாங்கன்னா நிறுத்த முடியாது. நல்ல நாள்ல ஒண்ணும் வேண்டாமுன்னு நினைக்கிறேன்...என்று கூறியவாறு வெளியில் போக, சாந்தி திரும்பிப் பார்க்க, ஜன்னல்வழியே திண்ணையில் உட்கார்ந்திருக்கும் கண்ணன் In (M.S) சாந்தி திண்ணையில் உட்கார்ந்திருக்கும் கண்ணனிடம் வர...

-Cut-

(C.M.S)

    7. இருவரும் (கண்ணன் சாந்தியைப் பார்த்து)

    கண்ணன் : Happy தீபாவளி

    சாந்தி : Thank You...! உங்களைப் பார்த்தா சந்தோஷமா இருக்குறமாதிரி தெரியலையே...

-Cut-

(C.S)

    8. கண்ணன்: (சமாளித்து) ஏன்? நான் எப்பவும்போலத்தான் இருக்கேன். எனக்கு என்ன புதுசா சந்தோஷமோ, வருத்தமோ ஏற்பட முடியும்...?

(Camera PansTo சாந்தி அவள் யோசித்தவாறு தலைகுனிய Trolly Back (C.M.S) Included)

    கண்ணன்: I Am Sorry... புதுசா சந்தோஷம் வந்திருக்கு. இந்த தீபாவளிக்கு புது சந்தோஷம், நீ இந்த வீட்டுக்கு வந்திருக்கிறதுதான்... (சாந்தி வேறு எங்கோ பார்த்துக்கொண்டு.)

-Cut-

(C.S)

9. சாந்தி : அந்தப் புது சந்தோஷத்துக்கு அடையாளமாத்தான் தாடி வளங்க்கிறீகளாக்கும் (என்று திரும்பி அவனைப் பார்க்க)

-CUT-

(C.S) To (C.M.S)

10. கண்ணன்: (மோவாயை சொரிந்துகொண்டே) நானா வளர்க்கிறேன்... தானா வளருது.

(Included சாந்தி)

கண்ணன்: இதுக்கெல்லாம்கூட அர்த்தம் உண்டா...

சாந்தி: உண்டுன்னு நான் நினைக்கிறேன்...

கண்ணன்: அப்படீன்னா அது இல்லைன்னு ஆக்கிடறேன்.

OutField Voice சித்ரா: பெரியண்ணா...

-CUT-

(M.S)

11. சித்ரா : அம்மா எண்ணை தேச்சிக்கிறதுக்காக உன்னை கூட்டிக்கிட்டு வரச் சொன்னஙக.. கண்ணன் சுவரைப் பிடித்துக்கொண்டு எழுந்திரிக்க... சாந்தி **OutField** ஆகிறாள்..

காட்சி: 16

ஒரு கோவில்.

(M.S)

1. *கண்ணனின் தாய் ஈரத்துணியுடன் நவக்கிரகம் சுற்றிவர, தூரத்தில் கோவில் வாசற்படி அருகே கண்ணன் உட்கார்ந்திருக்கிறான். அவன் பக்கத்தில் ஒரு குழந்தை நின்றிருக்கிறது.*

-CUT-

(C.M.S)

2. *கண்ணன் குழந்தையின் கால்களில் ஷூவை அணிந்து விடுகிறான். குழந்தை ஷூவை அணிந்துகொண்டு திரும்பிப் பார்க்க...*

-CUT-

(M.S)

3. *குழந்தையின் பெற்றோர்களும் கண்ணனின் தாயும் வர... குழந்தை அவர்களை நோக்கி ஓடுகிறது... அதன் தாய் தூக்கிக் கொள்ளுகிறாள்...*

-CUT-

(C.M.S)

4. பெற்றோரும் குழந்தையும்

குழந்தை: அந்த மாமா எனக்கு ஷூ மாத்தி வித்தார்... *(என்று கையைக் காட்ட)*

-CUT-

(C.M.S)

5. *அம்மா – கண்ணன் : அம்மா கண்ணன் நெற்றியில் விபூதியிட்டு அவனை கைத்தாங்கலாகத் தூக்க.. கண்ணன் அம்மாவின் முதுகைப் பிடித்துக்கொண்டு நடக்க...* Camera Follow. *அந்தப் பெற்றோரும் குழந்தையும் தெரிகின்றனர்....*

-CUT-

(M.S)

6. குழந்தையின் தாய்: (கணவனிடம்) பாவம்...! அவருக்கு கால் ஊனம் போலிருக்கு...

(கண்ணனும் தாயும் FieldIn ஆகின்றனர்.)

குழந்தையின் அப்பா: SIR... (என்று கூப்பிட கண்ணன் திரும்பிப் பார்க்க)

-Cut-

(C.M.S)

7. கண்ணன் – அம்மா

அம்மா: (கண்ணனிடம்) உன்னைய யாரோ கூப்பிடறாங்க...?

(Camera PansAvoidS கண்ணன் – அம்மா Includes குழந்தையும் பெற்றோரும்...)

குழந்தையின் அப்பா: (வணக்கம் தெரிவித்து) உங்களையும் பெரியம்மாவையும் அடிக்கடி கோயில்லே பார்க்கிறேன்... நீங்கள் இருக்கிற தெருவில்தான் நாங்களும் இருக்கிறோம்...

-Cut-

(C.M.S)

8. கண்ணன் – அம்மா (சோகமாய் ஒரு சிரிப்புடன்)

கண்ணன்: குறைபட்டவங்களை அடிக்கடி கோயில்லதான் பார்க்கலாம்...

(பேசிக்கொண்டே கோயிலுக்கு வெளியே வர)

-Cut-

அம்மா: என்ன பாவம் பண்ணினமோ குறை வந்திருக்கு... இவனுக்கும் சேர்த்து நான் சுத்துறேன்... கொஞ்சநாள்ல எல்லாம் சரியாப்போயிடும்ன்னு டாக்டர் சொன்னார். கொஞ்சநாள், கொஞ்சநாள்னு பத்து வருஷம் ஆயிட்டுது...

-Cut-

(M.S)

9. கோவிலுக்கு வெளியே கார் நின்றிருக்கிறது...

குழந்தையின் அப்பா: வாங்களேன், உங்களை வீட்டிலே ட்ராப் பண்ணிடறேன்....

-Cut-

(C.M.S)

10. அம்மா – கண்ணன்

கண்ணன்: பரவாயில்லை சார்... எனக்கு இப்படி நடக்குறது பழக்கம்தான்... எங்க அம்மாவுக்கு இதுமாதிரி என்னை தோள்ல தொங்கவிட்டுக்கிட்டு நடக்கணும்.

அம்மா : ஆமாம், எல்லோரும் ஒரு குழந்தையை பத்து மாசம் வயித்துல சுமப்பாங்க... என்ன பாவமோ... உன்னை பத்து வருஷமா தோள்ல சுமந்துக்கிட்டு இருக்கேன்... பகவான் எப்ப கண்ணைத் திறப்பாரோ...

-CUT-

(C.M.S)

11. குழந்தையின் அப்பா: (கார் கதவைத் திறந்துகொண்டே) வாங்க சார், பேசிக்கிட்டே போகலாம்.

கண்ணனும் அம்மாவும் காருக்குள் ஏற...

-CUT-

(C.M.S)

12. Camera On The Banet பின்சீட்டில் கண்ணனும் அவன் தாயும் உட்கார்ந்திருக்க, முன்சீட்டில் குழந்தை, குழந்தையின் தாய் டிரைவர் சீட்டில் குழந்தையின் அப்பா.... உட்கார்ந்து காரை **Start** செய்ய கார் நகர...

-CUT-

(C.S)

13. Profile Of குழந்தையின் தகப்பன் **MIRROR** வழியாக கண்ணனைப் பார்த்துக்கொண்டே....

குழந்தையின் தகப்பன்: **MADRAS**ல ஒரு ஸ்பெஷலிஸ்ட் இருக்கார். எனக்குத் தெரிஞ்சவர், நான் ஒரு லெட்டர் வேணும்னா தர்றேன். ஒரு தடவை போய்ப் பாருங்களேன்...

-CUT-

(C.S)

14. கண்ணன் (சிரித்து) அதெல்லாம் நடக்கற காரியமா சார்... சரியாவறதுன்னா சின்ன வயசுலயே ஆயிருக்கும்... இத்தனை வயசுக்கு மேலயா...?

(Camera PansTo அம்மா : நீ உன் வாயை வெச்சுக்கிட்டு சும்மா இரு... (இன்னொருபக்கம் திரும்பி) ஐயா உங்களுக்கு கோடிப் புண்ணியம் உண்டு. இப்படி நல்லவார்த்தை சொல்றதுக்குக்கூட மனுஷாள் இல்லையே.?)

கார் நிற்கிறது...

-CUT-

(காரிலிருந்து அம்மா முதலில் இறங்குகிறாள். கண்ணன் இறங்குவதற்கு குழந்தையின் தகப்பன் உதவி செய்கிறான்.)

-CUT-

(C.M.S)

16. காரை பிடித்துக்கொண்டு (மூவரும்) கண்ணன் நிற்கிறான்...

கண்ணனின் தாய் : (குழந்தையின் தகப்பனிடம் கை கூப்பியவாறே) வாங்கய்யா, அம்மா நீங்களும் வாங்க... எங்க வீட்டுக்கு வந்துட்டுப் போங்க..

-CUT-

(C.S)

17. குழந்தையின் தகப்பன்: (பதிலுக்கு வணக்கம் தெரிவித்து) அவசியம் வர்றோம்மா. அந்த டாக்டரோட அட்ரசும் அந்த லெட்டரும் எடுத்துக்கிட்டு நான் வர்றேன்...

(Camera PansTo கண்ணன் குழந்தையின் தகப்பன் தோள்மீது கைவைத்து...)

குழந்தையின் தகப்பன் : ஒண்ணும் கவலைப்படாதீங்க. நான் சொன்னேனே அந்த டாக்டர்மீது எனக்கு ரொம்ப நம்பிக்கை உண்டு. இதுமாதிரி ரொம்ப கேஸை அவர் ட்ரீட் பண்ணி அது சக்ஸஸ் ஆகியிருக்கு... அதுக்குமேலே முருகன் இருக்கான்...

கண்ணன் : Thank You Sir.. என்று வணக்கம் தெரிவித்து உடனே அம்மாவின் தோள்களைப் பற்றிக்கொள்ள... குழந்தையின் தகப்பன் OutField ஆக கார் சத்தம்.

In (C.M.S) அம்மாவின் தோள்களில் மோவாயை தாங்கியவாறு..

கண்ணன் : அம்மா, அம்மா... உனக்கு வீணான ஆசை...

ஜெயகாந்தன் ❖ 85

கடவுளை நீங்களெல்லாம் முழுக்க நம்பல...

அம்மா: அப்படியெல்லாம் சொல்லாதேடா.... ஆண்டவனை நம்பினதனாலேதான் ... யாரோ தெருவிலே போறவங்க வந்து நல்ல வழிய காட்டறாங்க...

(இருவரும் பேசிக்கொண்டே கேமராவுக்கு முன்னே வந்து கடந்துபோய் கேமராவுக்கு முதுகுப்புறத்தைக் காட்டியவாறு உள்ளே திரும்ப...)

-CUT-

காட்சி: 17

படுக்கை அறை.

(C.S) To (C.M.S)

1. ராஜா – சாந்தி

சாந்தி ஆழ்ந்த யோசனையோடு எங்கோ பார்த்துக் கொண்டிருக்க, ராஜா FieldInஆகி அவள் கழுத்தைச் சுற்றி அணைக்க,

ராஜா : என்ன யோசனை?

அவள் பெருமூச்சுவிட

சாந்தி: MADRASல யாரோ ஒரு ஸ்பெஷலிஸ்ட்டாம்... இது மாதிரி போலியோக்கெல்லாம் க்யூர் பண்ணியிருக்காராம்...

(அவள் சொல்லிக்கொண்டே இருக்கையில் ராஜாவின் முகம் மாறுகிறது... FieldOUTஆகிறான்..

சாந்தி : செலவு கொஞ்சம் ஆகும் ஆகட்டுமே? (என்று திரும்ப)

-Cut-

(C.M.S)

2. எரிச்சலுற்று ராஜா, ஜன்னலருகே சென்று சிகரெட் பற்ற வைக்கிறான்.

(FieldInஆகி சாந்தி : அந்த டாக்டர்கிட்டே கொண்டு போய் காட்டணும்னு அம்மா சொல்லிக்கிட்டே இருக்காங்க...

காட்சி: 18

In Sug
(M.S)

>1. ஒரு ஸ்டூலின்மீது உட்கார்ந்து கண்ணன் பைப்பில் தண்ணீர் அடிக்கிறான். சித்ரா பக்கெட்டில் துணி அலசிக் கொண்டிருக்கிறாள்.
>
>(அம்மா இடுப்பில் குடத்துடன் Field IN ...)
>
>அம்மா : ஏண்டி சித்ரா... இந்தத் தண்ணியை நீயே அடிச்சுக்கக் கூடாதோ...? வர... வர... உனக்குத் துளிர்த்துத்தான் போச்சு... கண்ணா நீ எழுந்திரு... (என்று, அவன் தோள்மீது கை வைக்க, கண்ணன் அவளைப் பார்க்க...)

                          -Cut-

(C.M.S)

>2. கண்ணன் – அம்மா... கண்ணன் In Sug அம்மா InProm
>
>கண்ணன் : ஒரே இடத்திலே உட்கார்ந்திக்கிட்டிருக்கேனே.. எனக்கு ஏதாவது எக்ஸர்சைஸ் வேண்டாமா...? கொண்டா அந்தக் குடத்தை... (என்று வாங்கி தண்ணீர் அடிக்க)

                          -Cut-

>(என்று கூறிக்கொண்டே அவனை நெருங்க)

                          -CUT-

(C.S)

>3. ராஜா : அம்மாவுக்குத்தான் வேற வேலை கிடையாது... அவங்க கழுத்தறுப்பு பத்தாதுன்னு இப்ப நீயும் ஆரம்பிச்சிட்டே... (என்று எரிந்து விழ)

                          -Cut-

(C.S)

>4. சாந்தி: (புருவத்தை நெளித்தவாறு சாந்தி அவனை சற்றுநேரம் பார்க்கிறாள்.)

                          -Cut-

(C.S)

    5. *ராஜா:* (*ஒரு காலை ஜன்னலின்மீது தூக்கி வைத்துக்கொண்டு எங்கோ பார்த்தவாறு புகை ஊதுகிறான்...*)

-CUT-

(C.M.S)

    6. *சாந்தி – ராஜா*

    சாந்தி: அவருக்கு வைத்தியம் செய்யவேண்டியது நம்ம வேலை இல்லைன்னு நினைக்கறீங்களா...?

    ராஜா: (*திரும்பிப் பார்த்து*) I Say It Is A Waste... அம்மாவுக்குத்தான் புத்தியில்லை... உனக்குமா புரியலை...? அவருக்கு மறுபடியும் கால் வராது...

-CUT-

(C.S)

    7. *சாந்தி புருவங்களை நெரித்து எரிச்சலுடன் அவனைப் பார்க்கிறாள்.*

-CUT-

(C.S)

    8. *ராஜா, சிகரெட் புகையை ஊதிக்கொண்டு ஜன்னல் அருகே நிற்கிறான்...*

-CUT-

(C.M.S)

    9. *காலிப்படுக்கை.*

- DISSOLVE -

(C.S)

    10. *குடத்தில் தண்ணீர் நிறைகிறது...*

-CUT-

(M.S)

11. அம்மா குடத்தை எடுத்து இடுப்பில் வைத்துக்கொண்டு போக...

-CUT-

(M.S)

12. பின்கட்டுப் போர்ஷனில் ஒரு பத்துவயசுப் பையன் பாடம் படித்துக் கொண்டிருக்கிறான். அம்மா **FieldIn**ஆகி அவனைக் கடந்துபோகையில் அவளைப் பார்த்து அந்தப் பையன் குறும்புடன் ராகத்துடன்.

அந்தப் பையன்: காலில்லாதவன் நொண்டி... கையில்லாதவன் முடவன்... காலில்லாதவன் நொண்டி... அம்மா திரும்பி அவனைப் பார்த்து எரிச்சலுடன் **OutField** ஆகிறாள்...

(C.M.S)

13. அம்மா தண்ணீரை ஊற்றிவிட்டு திரும்பி வருகிறாள்... **Field OUT** ஆகிறாள்...

-CUT-

(M.S)

14. பின்கட்டுப் போர்ஷன் படிக்கிற பையன் அவள் மறுபடியும் திரும்பி வரும்போது பையன் குறும்புடன்...

பையன் : காலில்லாதவன் நொண்டி...

அம்மா திரும்ப...

-CUT-

(C.S) To (C.M.S)

15. அம்மா : ஏண்டா உனக்கு அழிஞ்சுபோற புத்தி...? நானும் பார்க்குறேன்... வேணும்னே நொண்டி நொண்டின்னு நூறுதடவை சொல்றியே...? உனக்கு மட்டும் கால் இரும்பாலேயா பண்ணி வெச்சிருக்குது...

பையனும் அவள் தாயும் **Included**

(உள்ளிலிருந்து பையனின் அம்மா வெளியில் வந்து...)

பையனின் அம்மா : ஏன்? உங்க பையன் நொண்டின்னா... ஊர்ப் பிள்ளைங்களெல்லாம் நொண்டி ஆகிடணுமா... குழந்தை சிவனேன்னு பாடம் படிச்சிக்கிட்டிருக்கான்... நொண்டின்னுகூட சொல்லக்கூடாதா...?

-CUT-

(C.M.S)

16. அம்மா : ஆமாண்டீ... சொல்லத்தான் கூடாது. இன்னொரு தடவை சொல்லச் சொல்லு.... சொல்லுவாளாமே...

-CUT-

(C.M.S)

17. அம்மாவும் படிக்கிற பையனும்...

பையனின் தாய்: நல்லா சொல்லுவான்... என்ன பண்ணுவீங்களாம்?

பையன்: காலில்லாதவன் நொண்டி.. நொண்டி.... நொண்டி...

-CUT-

(C.M.S)

18. ஸ்டூலில் உட்கார்ந்துகொண்டு பைப்பில் முகத்தை கவிழ்த்துக் கொண்டிருக்கும் கண்ணன்....

OutField Voice: (சத்தங்கள்) அம்மா: என் பிள்ளைக்கும் எல்லாரையும்போல நல்லாத்தான் இருந்தது. கால் இருக்குன்னு குதிக்க வேண்டாம்... கடவுள் பார்த்தாரானா உடைசசு வெச்சிடுவார்...

Middle Of The Dialogue Cut

பையனின் அம்மா : நீங்க பண்ண பாவத்துக்கு உங்க பையன் நொண்டியாயிட்டான்.... அதுக்காக ஊர்ப் பிள்ளைங்களையெல்லாம் பார்த்துக் கரிக்கிறீங்களே.?

(அம்மா டயலாக் தொடர வேண்டும்)

(C.M.S)

19. ராஜா அறையில் கண்ணாடியின்முன் நின்று தலைவாரிக் கொண்டிருக்க... பின்கட்டில் சண்டை சத்தம்

Overlap ஆகிறது. போகும் கோலத்தில் சாந்தி ராஜாவின் பின்னால் வந்து நிற்பது. கண்ணாடியில் தெரிய...

சாந்தி : பின்கட்டிலே உங்க அம்மா யார்கூடயோ சண்டை போடுறாங்கபோல இருக்கு... போய்ப் பாருங்களேன்...

(ராஜா OutField ஆகிறான் கையில் சீப்புடன்....)

-Cut-

(M.S)

20. கண்ணனின் தாய் – பையனின் தாய் – பையன்

(சண்டையும் இரைச்சலுமாய் இருக்கிற இடத்தில் ராஜா FieldIn ஆகி)

ராஜா : அம்மா உனக்கு நல்லா இருக்கா...? வா உள்ளே...

-Cut-

(C.M.S)

21. அம்மா: (ராஜாவின் பக்கம் திரும்பி ஆக்ரோஷமாக) போகும் போதும்... வரும்போதும்... நொண்டி நொண்டின்னு சொல்றா... கேட்டா அப்படித்தான் சொல்லுவாளாமே... அந்த வாயைக் கிழிக்கறது...

-Cut-

(C.M.S)

22. ராஜா: பின்னால் வந்து நிற்கும் சாந்தி...

ராஜா: (கோபமாக) நல்ல நியாயம் பேசறம்மா நீ. நொண்டிய நொண்டின்னு சொன்னா இப்ப என்ன போச்சாம்? பேசாம வா உள்ளே.. (என்று திரும்ப)

-Cut-

(C.S)

23. அம்மா அதிர்ச்சியடைந்து நிற்கிறாள்... அவள் கண்கள் கலங்க திரும்பிப் பார்க்கிறாள்...

(Camera Pans சித்ராவின் தோள்களை பிடித்துக்கொண்டு அவள் அருகே வந்த கண்ணன்)

அம்மா, ஏதோ சின்னப்பையன் சொல்லிட்டான்னு இப்படியா சத்தம் போடறது..? வா போகலாம்...

அம்மாவைக் கடந்து சித்ராவும் கண்ணனும் போகிறார்கள்... அம்மா AvoidED

சித்ரா: (கண்ணனிடம்) அந்தப் பையன் ரொம்பத் திமிர் பிடிச்சவன் அண்ணா...

கண்ணன்: இல்லைம்மா... ஏதோ காலில்லாதவன் நொண்டின்னு பாடம் படிக்கிறான்... இதுக்கெல்லாம் நாம் சண்டைக்குப் போகலாமா? அம்மாவுக்கு எப்பவும் என் நினைப்புதான்... (என்று சிரிக்கிறான்)

- DISSOLVE -

காட்சி: 19

(Atmosphere Sound தையல் மிஷின்)

1. பனியில் சறுக்கி விளையாடுகிற ஒரு **Stock Shot- LAST Frame - Stop BLOCK - Zoom BACK** புஸ்தகத்தில் உள்ள ஒரு படம். கண்ணன் உட்கார்ந்து பார்த்துக் கொண்டிருக்கிறான் **In (C.M.S)**

கண்ணன் பார்வை புத்தகத்திலிருந்து திரும்ப...

-CUT-

(C.V) To (M.S)

2. சாந்தியின் பாதங்கள் (தையல்மிஷினின் பெடலின்மீது)

Trolly Back பாடம் எழுதிக்கொண்டிருக்கும் சித்ரா... **Camera Pans** அறைக்குள் கட்டிலின்மீது உட்கார்ந்துகொண்டு கிதாரை ரிப்பேர் செய்துகொண்டிருக்கும் ராஜா... **Camera Pans Further** அம்மா வெளியிலிருந்து வருகிறாள். அவள் கையில் ஒரு கவர் இருக்கிறது. அவள் சாந்தியை நெருங்கி வர தையல் மிஷின் நிற்கிறது. அம்மா சாந்தியிடம் கடிதத்தை நீட்ட...

-CUT-

(C.M.S)

3. அம்மா - சாந்தி

அம்மா : அவர் சொல்றதைக் கேட்டா எனக்கு ரொம்ப நம்பிக்கையா இருக்கிறது... அந்த முருகன்தான் நல்ல வழிகாட்டியிருக்கிறார்... என் பையனும் எல்லார்மாதிரியும் எழுந்து நடமாடுவான்...என்று ஆனந்தமாக புலம்பிக்கொண்டே கண்ணனைப் பார்க்க சாந்தி, இந்தக் கடித்த்தைப் படித்து சந்தோஷமாக தலைநிமிர்ந்து பார்க்க...

-CUT-

(C.M.S)

4. கண்ணன்: (அவ நம்பிக்கையோடு) என்னை ஏம்மா பட்டணம் வரைக்கும் இழுத்தடிக்கணும்ங்கற? நீ சொல்றமாதிரி முருகன் அருள் இருந்தா எல்லாம்

தன்னாலே சரியாகும்...

Field Inஆகி சித்ரா : சும்மா சாமி பேரை சொல்லிக்கிட்டு நம்பாம இருந்தா ஒரு காரியமும் ஆகாது... அம்மா சொல்றதை கேளேன்ணா...!

-CUT-

(M.S)

5. ராஜா அறையிலிருந்து வெளியே வருகிறான்...

(அம்மா Cameraவை கிராஸ் செய்துகொண்டே..)

அம்மா: மணி ஒன்பதாகிறது... நீங்க யாரும் சாப்பிடல போல இருக்கு... எல்லாரும் வாங்க... (என்று அம்மா **Out Field**ஆக)

-CUT-

(C.M.S)

6. கண்ணன்: நீ வரட்டுமேன்னுதான் எல்லோரும் காத்துக்கிட்டிருந்தோம். (என்று சித்ராவைப் பிடித்தவாறு எழுந்திருக்கிறான்)

-CUT-

(C.M.S)

7. (சாந்தி மூவருக்கும் தட்டுகள் வைத்துப் பரிமாறுகிறாள். முதலில் ராஜாவும் சித்ராவை பிடித்துக்கொண்டு கண்ணனும் வந்து உட்காருகிறார்கள்...)

-CUT-

(C.M.S)

8. சமையலறையிலிருந்து கையில் பாத்திரத்துடன் வெளியே வந்த...

அம்மா : அந்த லெட்டரைக் கொண்டுவந்து சின்னவன்கிட்டே கொடு... நாளைக்கு ரயிலுக்குப் போனாகூட தேவலேன்னு இருக்கு எனக்கு. என்று சொல்லிக்கொண்டே கண்ணனின் தட்டில் பரிமாற ராஜா தலைநிமிர்ந்து பார்க்க...

-CUT-

(C.M.S)

> 9. சாந்தி கையில் கடிதத்துடன் வந்து ராஜாவிடம் நீட்ட ராஜா எரிச்சலுடன் அவளைப் பார்த்து...
>
> (பரிமாறிக் கொண்டிருந்த அம்மா OutField ஆகிறாள்.)
>
> ராஜா : இப்ப என்ன இதுக்கு அவசரம்...?
>
> சாந்தி கடிதத்தை அவனிடம் தர வந்தவள் கையை பின்னுக்கு இழுத்துக் கொள்கிறாள்...

(C.S)

> 10. அம்மா : (சமையலறைக்குள் போய்க்கொண்டிருந்தவள் திரும்பிப் பார்த்து) இப்ப என்ன அவசரமா...? எனக்கில்லேடா தெரியும்... பதினைஞ்சு வருஷமா நான்தானே அவன் பாரத்தை சுமந்துக்கிட்டிருக்கேன்... உங்களுக்கெல்லாம் என்ன...? அவங்கவங்க சந்தோஷம்... அவங்கவங்க காரியம்... ச்சீ... என்ன ஜென்மங்களோ?

-CUT-

(C.S)

> 11. ராஜா எரிச்சலுடன் சமையலறையைப் பார்க்க... அம்மாவின் புலம்பல் தொடர்கிறது...
>
> அம்மா புலம்பல்: (Over Laps On Raja) பார்க்கறவங்கல்லாம் பரிதாபப்படறாங்க... கூடப் பொறந்ததுங்களுக்கு கொஞ் சம்கூட இரக்கம் இல்லை... (ராஜா கண்ணனைப் பார்க்க) கண்ணன் – சித்ரா... ராஜா கண்ணன் சற்று கண்டிப்புடன் சமையலறையைப் பார்த்து...
>
> கண்ணன்: அம்மா நீ சும்மா இருக்கமாட்டே....? எல்லாம் நினைச்ச உடனே ஆகணும்னா விளையாட்டா...? அதுக்குப் பணம் செலவாகுமே...

-CUT-

(C.S)

> 12. அம்மா: அடேயப்பா... பெரிசா பணம் செலவாகும் கல்யாணத்துக்கு பணம் செலவாகலயா...? தீபாவளிக்கு பணம் செலவாகலயா...?

-CUT-

(C.M.S) To (M.S)

13. ராஜா: உன்னை கல்யாணம் பண்ணி வைக்கச் சொல்லி நான் அழுதேனா...? எல்லோரும் சேர்ந்து செஞ்சி வைச்சிட்டு சொல்லிச் சொல்லி காட்டுறீங்களா...?

ராஜா கோபமாக தட்டில் கையை உதறிக்கொண்டு எழுந்திருந்து OutField ஆக Trally Back To (M.S) கண்ணன் – சித்ரா பரிமாறிக் கொண்டிருக்கும் சாந்தி. கண்ணன் ராஜாவை பார்த்துக்கொண்டே...

-Cut-

(C.S)

14. கண்ணன்: (விரக்தியுடன் சிரித்து) அவனுக்கு கோவம்வந்தா எழுந்திரிச்சிப் போயிடுவான்... நான் என்ன பண்ணமுடியும்...? (என்று தட்டை தள்ளிவிடுகிறான்.)

(கண்ணன் தள்ளிவிடும் தட்டு ராஜாவின் காலடியில் வர Camera Follows The Plate ராஜா அதைக் குனிந்து எடுக்கிறான்...)

-Cut-

(C.M.S)

15. ராஜா: (கை கழுவப்போன இடத்தில் திரும்பிநின்று) கலங்கிய கண்களோடு... Iam Sorry.. (Camera Follows) என்று தட்டை எடுத்துக் கொண்டு கண்ணனிடம் வருகிறான்...

கண்ணன்: ராஜா, கண்ணன் முன்னால் தட்டை வைத்து முகம் நிமிர்த்தி...

ராஜா: நான் ஏதாவது தடங்கல் சொன்னேனா? அம்மா எப்பப் பார்த்தாலும் என்னை சிடுசிடுங்கறாங்களே... என்னை மன்னிச்சிடு அண்ணா...

கண்ணன்: சரி, நீயும் சாப்பிடு...

ராஜா OutField ஆக

-Cut-

(C.M.S)

16. மூவரும் சாப்பிட..

-MIX-

ஜெயகாந்தன் ❖ 97

காட்சி: 20

படுக்கை அறை.
(C.M.S)

1. ராஜா ஜன்னலருகே நின்று ஆழ்ந்த யோசனையோடு சிகரெட் பிடிக்கிறான்... கையில் அந்தக் கடிதம் இருக்கிறது. சாந்தி Enter ஆகிறாள். இருவரும் ஒருவரையொருவர் சற்று பார்க்க...

-CUT-

(C.S)

2. சாந்தி: நான்தான் தப்பு பண்ணிட்டேன். நீங்க சாப்பிட்டிருக்கும் போது நான் இவ்வளவு அவசரப்பட்டு இந்த லெட்டரை கொடுத்திருக்கக் கூடாது...

-CUT-

(C.S)

3. ராஜா : **It Is All Right** (சற்று யோசித்து அவளையே பார்த்து) சாந்தி...

-CUT-

(C.M.S)

4. இருவரும் ராஜா **InProm** சாந்தி **SUG**

ராஜா: இந்த முயற்சி பலனளிக்கும்னு நீ நம்பறையா? அம்மா அவங்க ஆசையிலே கண்ணனைப் போட்டு அலைக்கழிக்கப் போறாங்க செலவு ஆகும்...

-CUT-

(C.M.S)

5. இருவரும் சாந்தி **InProm** ராஜா **In Sug**

சாந்தி: நல்லதே நடக்கும்னு நம்புவோம்... நீங்க மறுத்துச் சொன்னா அது யாருக்கும் புரியாது... தப்பாத்தான் நினைச்சுக்குவாங்க... (சற்று நம்பிக்கையுடன் யோசித்து) அவருக்கு கால் சரியாயிட்டா நமக்கு சந்தோஷம்தானே...?

ராஜா : (பெருமூச்சுடன்) சரி... என்று சம்மதிக்க..

(சாந்தி பால் தம்ளரை அவனிடம் நீட்ட அதை வாங்கிக் கொண்டே ராஜா 'சரி')

FADE OUT

காட்சி: 21

வீட்டின் முன்புறம் ஜட்கா வண்டி நிற்கிறது. கண்ணன் உட்கார்ந்திருக்கிறான். ராஜா ஒரு சூட்கேசை கொண்டுவந்து வைக்க, அம்மா FieldIn ஆகி வண்டியில் ஏறி உட்காருகிறாள்.

ராஜா: (வண்டிக்குள் இருக்கும் கண்ணனின் கைகளைப் பிடித்துக்கொண்டு) Wish You Best Of Luck.

கண்ணன்: Thank You.

வெளியில் தலைநீட்டி அம்மா: சாந்தி... சித்ரா... ஜாக்கிரதையா இருங்க...

-Cut-

(C.M.S)

2. சாந்தியும் சித்ராவும்

Overlap குரலில் அம்மா: ஏய் சித்ரா...! அவன்கிட்டே ஏதாவது வம்பு பண்ணிக்கிட்டே இருக்காதே... ஆடாதே...

சாந்தி: அதையெல்லாம் நான் பார்த்துக்குறேன். நீங்க அவரை ஜாக்கிரதையா பார்த்துக்கோங்க...

-Cut-

(C.M.S) To (L.S)

3. (Fore Ground ல் சாந்தி, சித்ரா, ராஜா மூவரும் நிற்க, வண்டி long Shot வரை போக...)

(C.V)

4. ஜட்கா சக்கரம் ஓடி நிற்க...

-MIX-

(C.V)

5. ஓடுகிற ரயில் சக்கரங்கள்

(ரயில் சத்தம்...)

-Cut-

(C.M.S)

6. ரயில் ஜன்னல்வழியே ஏதோ ஏக்கத்துடன் பார்த்துக் கொண்டிருக்கும் கண்ணன், அம்மா ஒரு சின்ன தம்ளரில்

காபியை நீட்ட, அவன் அதை வாங்க...

(தாரை தப்பட்டை சத்தம்...

அம்மா ஜன்னல்வழியே பார்த்துக் கைகூப்பி வணங்க...)

-Cut-

காட்சி- 22

1. அசைந்துவரும் தேர்

-Cut-

2. கோபுரங்கள் நிறைந்த ஒரு ஊரின்

-Cut-

3. திருவிழாக் கும்பல்...

-Cut-

4. ஒரு கோயிலின் முன்னால் மலைப்பாதையில் வரிசையாக இரண்டு பக்கமும் உட்கார்ந்திருக்கும் பிச்சைக்கார நோயாளிகள். குஷ்டரோகிப் பிச்சைக்காரன் அறிமுகம்... ஒரு சக்கர வண்டியில் உட்கார்ந்து கொண்டிருக்கிறான்.. (மிகவும் உற்சாகமாக ஒரு உந்து உந்தி) சக்கர வண்டி போக...

-Cut-

5. திருவீதி ஊர்வலம் வரும் சுவாமி

(முழுஅளவு தேர் சுவாமி முகத்துக்கு Zoom)

சுவாமியின்மீது அர்ச்சகர்கள் பூசிக்கும் மலர்கள் விழ...

-MIX-

6. ஒரு தாமரைக்குளம்

(ப்ரேமுக்குள் சக்கர வண்டியைத் தள்ளிக்கொண்டு நோயாளி வருகிறான்.. Background குளம்...)

ZoomTo A தாமரை   Zoom Rivers சுவாமி

7. Birds View ஒரு மலையில் வரிசை வரிசையாக... காவடித் தூக்கிக்கொண்டு போகும் பக்தர்கள்.

-Cut-

8. வேறொருகுஷ்டரோகிபிச்சைக்காரன். அவன் மனைவியின் மடியில் தலைவைத்துப் படுத்துக்கொண்டிருக்க அவள்.

அவன் தலையில் பேன் பார்த்துக் கொண்டிருக்கிறாள் அந்தப் பெண்ணின் மடியில் அழகான குழந்தை...

(ZoomTo குழந்தை. குழந்தை சிரிக்கவோ, அழவோ வேண்டும்.)

- CUT SHIFT To -

9. ஒரு கடையின் முன்னால் பிச்சை கேட்ட வேறொரு குஷ்டரோகியின்மீது ஒருவன் ஒரு பக்கெட் தண்ணீரைக் கொண்டு வந்து ஊற்றி விரட்ட...

-CUT-

10. வண்டியில் ஒரு நோயாளியை வைத்து இன்னொரு நோயாளி இழுத்துக்கொண்டு போதல்...

-CUT-

11. ஒரு பட்டுப்போன மரம். அதன் அடியில் வண்டியை சாய்த்து மல்லாந்து படுத்திருக்கிறான் வீரப்பன்.

(பல்லவி வருகிறபொழுதெல்லாம் வீரப்பன் காட்டப்பட வேண்டும்..).

-CUT-

(C.V)

12. வீரப்பன் வானத்தைப் பார்த்து கைகூப்புதல்...

-CUT-

13. பட்டுப்போன மரக்கிளைகளின் ஊடாகத் தெரிகிற வானம் மேகங்களுடன்...

(மணியோசை Shot)

-CUT-

(L.S)

14. Sky Back Ground கோபுர கலசம்... Zoom

15. கும்பலில் கையேந்தி பிச்சை கேட்டவாறே நகர்ந்துசெல்லும் வீரப்பன்...

(கேமரா வீரப்பனுக்குப் பின்னால் ஆக இருக்க வேண்டும். அவன் ஏந்திய கைகளின் ஊடாக ஜனங்கள் தெரிய வேண்டும்.)

-CUT-

(C.M.S) To (C.V)

16. ஒரு தாயும், இடுப்பில் குழந்தையும், தாய் பக்திப் பரவசத்தோடு நேரில்வரும் சாமியை வணங்க...

(Camera Goes Closes To The Child குச்சி ஐஸை சாப்பிட்டுக் கொண்டிருக்கிறது. Camera Tilts Down சக்கர வண்டியில் குனிந்த தலையோடு பாடிக் கொண்டிருக்கும் வீரப்பனின் ஏந்திய கைகளில் உள்ள தகர டப்பாவில் குச்சி ஐஸ் விழுகிறது...)

-Cut-

(C.V)

17. வீரப்பன் முகம் நிமிர்த்திப் பார்க்க... கண்கள் கலங்கி வழிய கையில் உள்ள ஐஸ்கிரீம் உருக...

-Cut-

18. குழந்தை...

(From His Angle ZoomTo குழந்தை)

-Cut-

(சங்கு சத்தம், சேகண்டி சத்தம்.)

19. குனிந்த தலையோடு கட்டுப்போட்ட இரண்டு கைகளையும் தலைக்குமேல் தூக்கிக் கும்பிடும் வீரப்பன்.

-MIX-

20. ஒரு மயான ஊர்வலம்.

-MIX-

21. மயான செடி அழகான புஷ்பங்களுடன்.

-Cut-

(C.V)

22. பெரிய பூ வண்டி இரண்டு.

-MIX-

(C.V) To (L.S)

23. சக்கரம், முழு வண்டி, வீரப்பன், தெரு, ஒரு திருப்பம்.

(இடைவேளை)

காட்சி: *23*

1. இடைவேளை வந்த அதே ப்ரேமில் Stop Block - Moves சந்தில் திரும்ப *(வீரப்பன்)*

-Cut-

(M.S)

2. வழக்கமாக சித்ராவும் சாந்தியும் பிரிகிற இடம். வீரப்பன் வருகிறான்...

வீரப்பன்: *(பிச்சைக்காரன் குரல்)*

அவன் குரல் அவன்மீதே: அம்மா கால் இருந்தும் நொண்டி, கையிருந்தும் முடவன்...

-Cut-

காட்சி: 24

கண்ணனின் வீடு.

ஹால்

(C.S) To (C.M.S)

1. சாந்தியும் ராஜாவும் ஒரு சோபாவில் உட்கார்ந்திருக்கின்றனர். நடுவில் வெற்றிலைத் தட்டு...

(C.M.S) ல் ராஜா **Included)**

சாந்தி: எங்கே இந்த சித்ராவைக் காணோம்... (என்று வெற்றிலை மடித்து அவனிடம் கொடுத்துக்கொண்டே கண்களால் தேட....)

ராஜா: இப்ப என்ன சித்ராவுக்கு? (என்று அவள் கையைப் பிடிக்க...)

-CUT-

(C.S) To (C.M.S)

2. ராஜா: சாந்தியின் கை... அந்த விரல்களில் உள்ள வெற்றிலைச் சுருள்களைக் கடித்து...

(Trally Back To (C.M.S) சாந்தி **Included** ராஜா கடித்த மீதியை வாயருகே கொண்டு போக...

-CUT-

(C.S) To (C.M.S)

3. சாந்தி, பாதி வெற்றிலைச் சுருள்களை வாயருகே இட்டுக் கொள்கிறாள்...

ராஜாவின் குரல் அவள்மீது: கல்யாணம் ஆனதிலிருந்து நாம் இந்தமாதிரி தனியா இருக்கவே முடியலை. எவ்வளவு நாளானாலும் அண்ணனுக்கு கால் வந்தப்புறம் வாங்கன்னு ஒரு கடிதாசி போடணும்... நீயே சொல்லு அவங்க ரெண்டுபேரும் இல்லாதது நிம்மதியா இருக்குது இல்லே...?

(ராஜாவின் குரல் ஆரம்பித்தவுடன் **Trally Back To (C.M.S)** ராஜா சாந்தியை நெருங்க..)

சாந்தி: ஏன்? அப்படிச் சொல்றீங்க. உங்க அண்ணன்

இல்லாம நம்ம வீட்டுத் திண்ணையைப் பார்த்தா பாவமா இருக்கு. எனக்கு... (வீரப்பன் குரல் **Overlaps**)

குரல்: காலிருந்தும் நொண்டியம்மா... கையிருந்தும் முடவன் அம்மா...

-Cut-

(M.S)

4. **Camera Is In** *முற்றம்* **Facing Street** *வீரப்பன்.*

-Cut-

(C.M.S)

5. சாந்தி கையில் ஒரு தட்டுடன் வரவர **Trally Back** வீரப்பனுடைய முதுகு பிரேமில் **ForeGround** வர, சாந்தி குனிந்து **Prom**ஆக **Camera Goes To (C.V) OF** சாந்தி (வீரப்பன் **Avoid** பண்ணி) அவள் முகம் அருவருப்பால் மாறி தொண்டை குமட்ட,

-Cut-

(C.M.S)

6. வீரப்பன் **In Sug** சாந்தி **InProm** பாதிச் சோற்றை குவளையில் தள்ளியவள்... தோள்வழியாகத் திரும்பி வாந்தி எடுக்கிறாள்...

-Cut-

(C.S)

7. **ToP Angle** ஒருபக்கம் வாந்தியும், இன்னொருபக்கம் தரையில் கொட்டிய சோறும் வீரப்பன் **Profile**... சோற்றை மேலாக அள்ளி தகரக்குவளையில் போட்டுக்கொண்டு... சக்கரம் சுழன்று **OutField** ஆகிறான்...

(**Camera Tilts Up** சாந்தி அழுது திரும்பி உள்ளே **Out Field**ஆக...)

-Cut-

(C.M.S)

8. தெரு வாசற்படியில் நின்றிருக்கும் ராஜா...

ராஜா: இவனெல்லாம் ஏன்தான் உசிரை

வெச்சிக்கிட்டிருக்கானோ? *(என்று சொல்லி உள்ளே திரும்ப...)*

-Cut-

(C.M.S)

9. முற்றத்தில் கையில் ஒரு தம்ளர் தண்ணீருடன் நின்றிருக்கும் சாந்தி...

சாந்தி : பாவம், அவனை ஒண்ணும் சொல்லாதீங்க... எனக்கும் காலையிலே இருந்தே ஒருமாதிரி இருந்தது. (என்று சொல்லி தலைகுனிய)

-Cut-

(C.S)

10. ராஜா

(ஒரு குழந்தை அழுகின்ற குரல் Overlaps RAJA FACE APPOROACHES SHANTHIS *சிறு சரஸம்)*

-FADEOUT

காட்சி: 25

கண்ணன் வீடு.

சமையலறை

(C.M.S)

1. ராஜா காய்கறி அரிந்துகொண்டிருக்கிறான்.

Camera Pans சித்ரா காபி கலக்கிக் கொண்டுவந்து அவனிடம் நீட்டுகிறாள்.

-CUT-

(C.S) To (C.M.S) ராஜா : காபியைக் குடித்த அவன் கண்களிலிருந்து கண்ணீர் வழிகிறது, வாயிலிருந்து த்தை... தூவென்று... துப்பி,

ராஜா: இது காபியா...?

Trally Back சித்ரா: அதுக்கு ஏன் அண்ணா அழறே...?

ராஜா: தலை எழுத்து... வெங்காயம் நறுக்குறேன் இல்லை...? (சித்ராவை திரும்பிப் பார்க்க...)

-CUT-

(M.S)

3. வாசற்படி அருகே சாந்தி வந்து நிற்கிறாள்... **Insickly Look.**

Field Inஆகி ராஜா: ஏன் எழுந்திருந்து வந்தே, பேசாம போயி படுத்துக்கோ...

(ராஜா, சாந்தியை அறைக்குள் இழுத்துக்கொண்டு போய் விடுகிறான். **Camera Follows Behind Trally)**

Back To (C.M.S) சாந்தி: எனக்கு ஒண்ணும் இல்லை... கொஞ்சம் மயக்கமா இருந்தது...

ராஜா: ஆமாமாம்.. நீ பேசாமப் படுத்துக்கோ... நீ இன்னிக்கு போகவேண்டாம். சித்ரா கிட்டே லீவ் லெட்டர் கொடுத்து அனுப்பிடு... நீ ஒண்ணும் சமைக்க வேண்டாம். நான் இன்னைக்கு லீவ் போட்டுட்டு சமைக்கப் போறேன்...

-CUT-

(C.M.S)

4. சித்ரா, சாந்திக்கு காபி கொண்டுவருகிறாள். ராஜா Field-In ஆகி அவள் கையிலிருந்து காப்பியை வாங்கிக் கொண்டு,

ராஜா : நீ போயி உலை கொதிக்கிறதா பாரு...
Goes OutField

-Cut-

(C.M.S)

5. கட்டிலில் சாய்ந்து படுத்திருக்கும் சாந்தி, ராஜா காபியை ஆற்றிக் கொடுக்கிறான்... அவள் அதை வாங்க...

-Cut-

(C.S)

6. சாந்தி: (காபியை குடித்துக்கொண்டே) நீங்க ரொம்ப கூத்தடிக்கிறீங்க... சாயங்காலமா எங்க அம்மாவை வரச் சொல்லுங்க...

-Cut-

(C.S)

7. ராஜா : நான் நல்லா சமைப்பேன் சாந்தி...

-Cut-

(C.M.S)

8. சித்ரா: (Schoolக்கு போகும் கோலத்தில் அறை வாசற்படி அருகே வந்து) எல்லாம் சமைச்சு வெச்சிருக்கேன். சீ சாப்பிட்டுட்டு ஆபிசுக்குப் போகலாம்...

-Cut-

(M.S)

9. மூவரும். சாந்தி ஒரு கடிதத்தை சித்ராவிடம் கொடுத்து...

சாந்தி: ஹெட்மிஸ்டர்ஸ் கிட்ட குடுத்துடு.

(சித்ரா அதை வாங்கிக்கொண்டு OutField Trally Forword ராஜா – சாந்தி... ராஜா InProm சாந்தி In Sug

சாந்தி: நீங்களும் நல்லபிள்ளையா சாப்பிட்டுட்டு ஆபிசுக்குப் போங்க... போறவழியிலே எங்க வீட்டுக்குப் போயி அம்மாவை வரச் சொல்லுங்க. ராஜாவின் **EX-PRESSION.**

-FADE OUT

காட்சி: 26

(M.S) To (C.M.S)

1. சித்ரா கையில் ஒரு இன்லன்ட் கவருடன் (லெட்டர்) ஓடி வருகிறாள்...

(Camera In முற்றம் Facing The Street)

அவள்: அண்ணி... அண்ணி! பெரியண்ணாக்கிட்டேருந்து லெட்டர் வந்திருக்கு...!

Camera PansTo Hall Trally Forword To (C.M.S) Includes... சாந்தி, அவள் கடிதத்தை வாங்கி பிரேமுக்கு வெளியே பார்த்து...

சாந்தி: உங்களுக்கு எழுதியிருக்கார்.

-Cut-

(C.M.S)

2. ராஜா: (அறைக்குள்ளிருந்து வந்துகொண்டே) பிரிச்சுப் படியேன்... (என்றவாறு சோபாவில் உட்கார)

-Cut-

(C.M.S)

3. சாந்தி - சித்ரா (சித்ரா, சாந்திக்குப் பின்னால் நின்றிருக்கிறாள்)

அவள் படிக்க... படிக்க Camera (C.V)க்குப் போகிறது...

சாந்தி: (படிக்கிறாள்.) பணம் செலவாவதைத் தவிர பலன் ஒன்றும் இல்லை... ஆனாலும் எப்பொழுதும்போல் அம்மாவின் பிரார்த்தனைக்கும் அன்புக்கும் துன்பங்களை அனுபவிப்பதே என் வாழ்க்கையாக இதுவரை இருந்து வந்திருக்கிறது.

சின்னவனானாலும் நீ சொல்லும் ஒவ்வொன்றும் சரியாய் இருக்கிறது. ஆனாலும் பெரியவர்களை நாம் மதிக்க வேண்டியிருக்கிறதே... ஓரிரு தினங்களில் நாங்கள் ஊர் வந்து சேருவோம் என்று எண்ணுகிறேன்... அம்மாவுக்கு இன்னும் நம்பிக்கை இருக்கிறதே என்று மனதுள் பிரார்த்திக்க.

-Cut-

சாந்தி: *(கடிதத்துக்கு வெளியே பார்த்து)* அவங்க நம்பிக்கை பலனளிக்கணும்...

(M.S)

4. ராஜா: *(எரிச்சலுடன்)* அம்மாவுக்கு ஒரு மூடநம்பிக்கை. உனக்கு எப்பவும் ஒரு அசட்டு நம்பிக்கை.

(சாந்தியும், சித்ராவும் ராஜா சொல்வதற்கு Reaction)

சித்ரா: அவ நம்பிக்கையைவிட இதெல்லாம் தேவலாம்...

-Cut-

காட்சி: 27

(L.S)

1. ஒரு Hospital கேட்டிலிருந்து சைக்கிள் ரிக்ஷா வெளியில் வருகிறது... ரிக்ஷாவில் கண்ணனும், அம்மாவும்...

(Camera Follow ரிக்ஷா (M.S) To (C.M.S) EndFrame ரிக்ஷாக்காரன் Shoulder In Sug அம்மா – கண்ணன் In-Prom)

அம்மா: (புலம்பல்) எனக்கு இந்த டாக்டர் மேலே இருந்த நம்பிக்கை போயிடுச்சி... ஆனா அங்கொருத்தர் சொன்னாங்க... வேலூர் மிசின் ஆஸ்பத்திரிக்கு போனா நிச்சியம் சரியாயிடும்னு.. பெரிய பட்டணத்து டாக்டர் ஆச்சேன்னு வந்தேன்...

-Cut-

(C.M.S)

2. ரிக்ஷாக்காரன்: அதெல்லாம் சும்மாதாம்மா.. எல்லாம் துட்டு புடுங்குற வேலைதான்... எதுக்கெடுத்தாலும் துட்டு... வண்டி நிற்கிறது...

(Trally Back To (M.S) வண்டி நிற்கிற சத்தம். (ஒரு லாட்ஜின் வாசல்)

-Cut-

(C.M.S)

3. ரிக்ஷாக்காரன் In Sug அம்மா InProm அம்மா காசு தருகிறாள்...

ரிக்ஷாக்காரன்: இன்னம்மா... இது...? எம்மாந்தூரம் இஸ்தாந்துக்கின்னு இருக்கேன் தெரியுமா? ஏழைகளுக்கு மட்டும் துட்டு குடுக்காதீங்க...

அம்மா: மகா யோக்கியன்மாதிரி பேசினே... நீயுந்தான் துட்டு புடுங்கறே...?

(Camera Pans To கண்ணன் வேறொருபக்கம் சோகமாய் தலைசாய்த்திருந்தவன் இவர்கள் பக்கம் திரும்பி)

கண்ணன்: அம்மா (என்று அழைத்து காசு கொடுத்து அனுப்பும்படி சைகையால் கூறுகிறான்) வவுத்து வலின்னா எக்ஸ்ரே எடுடா... ரத்தம் எடுத்து சோதிச்சிட்டு வாடா... அங்க போனாலும் துட்டு... இங்க வந்தாலும் துட்டு... (என்று அணத்திக்கொண்டு)

காட்சி: 28

கண்ணன் வீடு.

(C.V) To (M.S)

1. ஒரு பெட்டி, படுக்கை...

(Trally Back வண்டியை விட்டு வாசலில் அம்மா இறங்குகிறாள். சித்ரா FieldInஆகி அம்மாவின் கையிலிருந்த பெட்டியை வாங்க...)

-Cut-

(C.M.S)

2. வாசற்படியில் நின்றிருக்கும் சாந்தியின் அம்மா... சித்ரா அவளைக் கடந்து உள்ளே போகிறபொழுது...

சாந்தியின் அம்மா : நல்லகாரியம் பண்ணீங்க... ரெண்டு நாளா வாந்தியும், மயக்கமுமா, தலையைத் தூக்காம படுத்துக் கிடக்குது சாந்தி... நல்லவேளை, வந்து சேர்ந்தீங்களே. போனகாரியம் நல்லபடியா ஆச்சா?

(Camera Pans To அம்மா அவள் தோளைப் பிடித்துக்கொண்டு கண்ணன் சாந்தியின் அம்மா-Field Inஆகி அம்மாவின் கையிலிருக்கும் பையை வாங்க...)

அம்மா: என்ன...? என்ன...? (ஒரு பதட்டத்துடன்) என்ன உடம்புக்கு...?

சாந்தியின் அம்மா: (சிரித்து, குரலைத் தாழ்த்தி) ஒண்ணும் வியாதியில்லை... கல்யாணம் ஆனா நடக்கவேண்டியதுதான்...

-Cut-

(C.V)

3. கண்ணன் முகம் நிமிர்ந்து பார்க்க... வருத்தம் மாறி மகிழ்ச்சி...

(C.M.S)

4. *ராஜா – சாந்தி*

(ForeGroundல் ராஜா கையில் பேப்பருடன் அறையிலுள்ளிருந்து வெளியில் வரும் சாந்தியைப் பார்த்து)

ராஜா: நீ இப்ப ஏன்? எழுந்து ஓடி வர்றே...?

சாந்தி: வாங்க அத்தை... என்ன சொன்னார் பட்டணத்து டாக்டர்...?

-Cut-

(C.M.S)

5. ஒரு சோபாவில் கண்ணன் உட்கார... சோபாவின் பின்னால் இருந்து அம்மா..,

அம்மா: அவன் மூஞ்சி... பெரிய டாக்டர்.. ஆனா அங்க ஒரு நர்ஸம்மா சொன்னாங்க, வேலூர் மிஷின் ஆஸ்பத்திரிக்குப் போனா நிச்சியம் குணமாயிடுதாம்... அப்படி குணமானவர்களை எங்ககிட்ட காட்டுனாங்க... நானும் பார்த்தேன்...!

-Cut-

(C.M.S)

6. ராஜா: (அவன் பின்னால் சாந்தி) இப்ப அடுத்த பயணம் வேலூருக்குன்னு சொல்லு...

(Camera PansTo அம்மா: ஆமாம். வந்திருக்கிற வினைக்கு அதையெல்லாம் பார்த்தா முடியுமா...? அந்த வேலூர் மிஷின் ஆஸ்பத்திரிக்கும் ஒரு தடவை போய்ப் பார்த்திடுவோமே... ஆனா எனக்கு இதிலே நம்பிக்கை இருக்கு... நீ ஒண்ணும் தடை சொல்லாதே...)

-Cut-

(C.S)

7. ராஜா: அதைவிட நீ ஒரு தடவை அண்ணனை கூட்டிக்கிட்டு காசி யாத்திரை போய் வரலாம்..

-Cut-

(C.M.S)

8. அம்மா: (குரலை உயர்த்தி) இந்தமாதிரி ஏதாவது சொன்னாதானே எனக்கு ஆத்திரம் பத்திக்கிட்டு வருது...

(என்று சொல்லிக்கொண்டே எழுந்து ராஜாவை கடந்து போக... ராஜா Included (அவனும் கோபமாய் அவளைப் பார்க்க)

-Cut-

(C.M.S)

9. சாந்தி – கண்ணனின் அம்மா

அம்மா: (சாந்தியிடம்) என்னம்மா... நாலு நாள்லே இப்படி இளைச்சிட்டியே...? ரொம்ப வருத்தத்தோட வந்த எனக்கு ஒரு சந்தோஷ சேதியை சொல்லியிருக்க... எல்லாம் முருகன் அருள்... (என்று திருஷ்டி கழிக்கிறாள்.)

-Cut-

காட்சி: 29

C.V)

1. குழந்தைச் சட்டை பின்னிக் கொண்டிருக்கும் சாந்தியின் அம்மா... (ஒரு சோபாவில் உட்கார்ந்திருக்கிறாள்.)

(**Trally Back To (C.M.S) Camera PansTo** *சித்ரா துணிகளுக்கு இஸ்தரி போட்டுக்கொண்டிருக்கிறாள்.* **Trally Back To (M.S)** *சாந்தி கேமராவுக்கு முதுகைக் காட்டியவாறு* **Profile** *ஒரு மேஜையின் முன்னால் உட்கார்ந்தவாறு நோட்டு திருத்திக் கொண்டிருக்கிறாள்.* **Camera PansTo Room** *ராஜா உடை மாற்றிக்கொண்டு வெளியே வருகிறான்.)*

ஜன்னல் வழியாய் வெளித் திண்ணையில் உட்கார்ந்திருக்கும் கண்ணன் **In back Ground** *ராஜா* **OutField** *ஆக கண்ணன் மட்டும் தெரிகிறான். அம்மா* **Field In** *ஆகி கண்ணனிடம் வருகிறாள்...*

-CUT-

(C.M.S)

2. *அம்மா* **InProm** *கண்ணன்* **In Sug**

அம்மா : கண்ணா, நாளைக்கு நாள் நல்லா இருக்கு... வேலூர் ஆஸ்பத்திரிக்கு போறதப் பத்தி நான் மட்டும் பேசிக்கிட்டிருக்கேன். எல்லாரும் இடிச்சபுளி மாதிரி இருக்காங்களே... என்ன அர்த்தம் இதுக்கு?

(அம்மாவின் குரல் வருகிற வரை கண்ணனின் பார்வை வேறு எங்கோ இருக்க... பிறகு திரும்பி அம்மாவைப் பார்க்கிறான்...)

(C.M.S)

3. *அம்மா* **In Sug** *கண்ணன்* **InProm**

கண்ணன்: அர்த்தமா? உனக்குத் தெரியலயாம்மா...? இதெல்லாம் வீண்வேலைன்னு நினைக்குறாங்க.. நானும் அப்படித்தான் நினைக்கிறேன், அதானே உண்மை...

-CUT-

(C.S)

4. *அம்மா : பொல்லாத உண்மையைக் கண்ட நீ...*

கண்ணன் குரல் : ஸ்ச்...

-CUT-

(C.S)

116 ❖ – திரைக்கதை

5. கண்ணன் : சும்மா சத்தம் போட்டு ரகளை பண்ணாதே அந்த அம்மா வேற வந்திருக்காங்க... இல்லே...?

-Cut-

6. அம்மா InProm அவருக்குப் பின்னால் ஜன்னல். ஜன்னல் வழியே ஹால் தெரிய அங்கே பார்த்து கண்ணனிடம் திரும்பி...

அம்மா: பொண்ணு முழுகாமஇருக்கு... அவங்களுக்கென்ன...? சந்தோஷம் கொண்டாடிக்கிட்டிருக்காங்க... இப்படி ஒரு புள்ளையை பெத்து வெச்சிக்கிட்டு நான் படற கஷ்டம் எவளுக்குத் தெரியுது ? நான் இப்ப சீமைக்குப் போயா வைத்தியம் பார்க்கணும்குறேன்... இதோ இங்க இருக்குற வேலூர் அதுக்குப் போறதுக்கு கூட அந்த துரைகிட்ட நான் மனுப் போடணுமோ? அவர் உத்தரவுக்கு காத்துக்கிட்டிருக்கணுமோ?

-Cut-

(C.S) To (C.M.S)

7. கண்ணன் : பாவம் அவன்தான் என்னம்மா பண்ணுவான்...

(Trally Back To (C.M.S) அம்மா Included)

அம்மா : நான் மட்டும் அவனை என்ன பண்ணச் சொல்றேன்...? ஒரு புள்ளைதான் இப்படி ஆயிட்டானேன்னு எல்லாப் பணத்தையும் அவன் படிப்புக்கும் உத்தியோகத்துக்கும்தான் செலவு பண்ணேன்... கடைசியா, கையில இருந்ததையும் அவன் கல்யாணத்துக்கு செலவழிச்சேன்... இப்ப ஒண்ணொன்னுத்துக்கும் அவன் கையை எதிர்பார்க்க வேண்டியதாயிருக்கு... என் தலைவிதி...

கண்ணன்: இல்லேம்மா எல்லாம் என் தலைவிதி...

(உள்ளேயிருந்து கிதார் சத்தம் கேட்கிறது. அம்மா ஜன்னல் வழியாகப் பார்த்து அம்மா: தொரை உள்ளேதான் இருக்கார். நாளைக்கு நாள் நல்லா இருக்கு... நாம பொறப்படணும்... என்று ஒரு தீர்மானத்தோடு OutField ஆக Camera GoesTo கண்ணன் அட கஷ்டமே...? என்கிற பார்வையில் தலையில் கை வைக்கிறான். கிதார் சத்தம் ஆரம்பமானதிலிருந்து தொடர்ந்துகொண்டிருக்க வேண்டும்...)

-Cut-

(C.S)

8. ராஜா சுவாரஸ்யமாக கிதார் வாசித்துக் கொண்டிருக்கிறான் அம்மா வந்ததைக் கவனிக்காமல்...

(Camera PansFurther மாமியார் பின்னால் வேலை செய்துகொண்டே சங்கீதத்தை ரசிக்கிறாள்...)

-CUT-

(C.M.S)

9. அம்மா அங்க வந்து நின்று இடுப்பில் ஒரு கையூன்றி பொறுமையுடன் இவர்களைப் பார்க்கிறாள்...

-CUT-

10. சித்ரா: (சித்ரா இஸ்தரி போட்டுக்கொண்டே மெதுவாக ராஜாவிடம்) அண்ணா.... அண்ணா... அந்த Baby Elephantஐ வாசியண்ணா...

Field In ஆகி அம்மா: நீ வாசி... இவ ஆடுவா... என்று சித்ராவிடம் வந்து,

கொஞ்சமாவது உங்களுக்கு கவலையிருக்கா? போடீ அவன் திண்ணையிலே உட்கார்ந்துகிட்டிருக்கான். போய் கூட்டிட்டு வா... நான் சாகறத்துக்குள்ளே அவனுக்கு காலு சரியாகணும்ன்னு சதா கடவுளை வேண்டிக்கிட்டிருக்கேன்... இல்லேன்னா எனக்கப்புறம் என் புள்ளை கதி என்னாகுமோ...?

(என்று **OutField** ஆகிறாள். ராஜா எரிச்சலுடன் கிதாரை வைத்துவிட்டு)

ராஜா: உன் புள்ளைக்கு கால் இல்லைன்னா ஊரே சோககீதம் வாசிக்கணும்ங்கிறயா...? ஏம்மா உனக்கு வயித்தெரிச்சல்.

-CUT-

(C.M.S) To (M.S)

11. அம்மா: (ஆக்ரோஷமாக) ஆமாண்டா, எனக்கு வயித்தெரிச்சல்தான்... எரியுதா... நாளைக்கு உனக்கும் ஒரு புள்ளை பொறந்து அதுக்கும்... கால் இப்படி ஆச்சின்னா அப்ப தெரியும்...

All Are Included In the Hall

OutField Voice கண்ணன் : அம்மா...

-CUT-

(C.M.S)

12. *கண்ணன்: (சுவரைப் பிடித்துக்கொண்டு கோபமாக அம்மாவைப் பார்த்தவாறு நிற்கிறான்)* எனக்காக ஒரு ரகளையும் வேண்டாம்ன்னு சொல்லித்தானே அனுப்பினேன்? எனக்கு கால் இல்லாட்டிப் போகுது. தாயே... என் தலையை நீ உருட்டாம இரு...

-CUT-

(C.M.S)

13. *அம்மா: (அழுதுகொண்டே)* நீயும் என்னைய பேசு. உனக்காக ஒவ்வொருத்தர்கிட்டயும் நான் கேக்குற பேச்சு போதாது பாரு... ஊர்ல, உலகத்துல தாய்ன்னா பத்து மாசம் வயித்துல சுமப்பா.. என் தலையெழுத்து காலத்துக்கும் பெத்த புள்ளைய சுமந்துக்கிட்டிருக்கேன்...

(Camera Follows Her Action Inmany Acts

1. வாசற்படியருகே நின்று

2. தண்ணீர் குடம் சுமந்துகொண்டு

3. கண்ணனின் உடைகளை உலர்த்தியவாறு

4. கண்ணனை தோளில் தாங்கியவாறு சாப்பிட அழைத்துக் கொண்டு வந்தவாறு

5. தம்ளரில் பால் எடுத்துக்கொண்டு வந்து சாந்தியிடம் தந்தவாறு...)

அம்மா குரல் அவள்மீதே : குடும்பத்தலைவரா இருக்க வேண்டியவன், இப்படி ஆயிட்டானேன்னு நினைச்சா திங்கற சோறு உடம்பிலே ஒட்டமாட்டேங்குது... பொறவியிலேயே இப்படி ஆனவங்களுக்குக்கூட நல்லா ஆயிருக்குதாம். அந்த நல்ல எண்ணம்கூட இல்லாமப் போச்சே...? எனக்கு அவன் வேற இவன் வேறயா...? என்ன பாவமோ? அழகிருந்தும்... அறிவிருந்தும் ஆண்டவன் இப்படி ஒரு ஊனத்தைக் கொடுத்துட்டான். எந்தப் பாவத்துக்கும் ஒரு பிராயிசித்தம் இல்லையா? எந்த வியாதிக்கும் இந்தக் காலத்திலே மருந்தும், வைத்தியமும் வந்திருக்கு... இல்லேன்னு சாதிச்சா எப்படி! நானும் என் வருத்தத்திலே சிலசமயம் அதிகமாதான் பேசிடறேன்...

-CUT-

(C.M.S)

14. சாந்தி – கண்ணன் அம்மா.

(சாந்தி மிகவும் சோகத்துடன் இருக்கிறாள். அவளிடம் பால் தம்ளரை ஸ்டூலில் வைத்து பக்கதிலிருந்த விபூதியை எடுத்து அவள் நெற்றியில் வைத்தவாறே...)

அம்மா: (அவளைக் கொஞ்சி) நான் என்னமோ அறிவில்லாம ஆத்திரத்திலே பேசிட்டதை நினைச்சி... வருத்தப்படாதே... கோழி மிதிச்சி குஞ்சு முடமாகாது... அந்த முருகன் அருளாலே கிருஷ்ண விக்ரகம் மாதிரி.. உனக்கு குழந்தை பொறக்கும் நீங்க எல்லாரும் நல்லா இருக்கணும்தானே...? நீ ஒண்ணும் வருத்தப்படாதே...

(என்று அவள் கையைப் பிடித்து சமாதானம் செய்கிறாள்... அம்மா...அம்மா **OutField** ஆகிறாள் **Camera Goes (C.V) OF** சாந்தி... அவள் கண்களை மூட...)

காட்சி: 30

பிறந்த குழந்தையின் அலறல் அதிலிருந்து புல்லாங்குழல் இசை... இருள் கவ்விய புல்லாங்குழல் இசையோடு அவள் உருவம் ஆக ஒரு அழகிய குழந்தையின் உருவம் Overlap ஆகிறது...

-MIX-

(C.V) To (C.M.S)

1. கேமராவை நோக்கி தவழ்ந்து வருகிற குழந்தை. சாந்தியின் மடிமீது வர அவன் தாவி எடுத்தணைத்துக் கொள்கிறாள்...

-MIX-

(பல பருவத்தில் ஒரே குழந்தை... குழந்தைக்கு சாந்தி காலணி அணிவதற்காக குனிகையில்...)

-CUT-

(C.S)

2. ஒரு நொண்டிக் குழந்தையின் கால்கள்... Zoom To Feet

(சாந்தியின் அலறல் Overlaps ஆக LAST Frame NEGATIVE ஆகிற)

-CUT-

காட்சி: 31

(C.V)

1. தூங்கியவாறே அழுதுகொண்டிருக்கும் சாந்தியின் முகம்...

(Trally Back பயந்து எழுந்தோடி கதவைத் திறக்க... சாந்தி அம்மா உள்ளே வர **Camera FollowsThen include** சாந்தி...

-CUT-

(C.M.S)

2. சாந்தி – சாந்தி அம்மா அம்மா அவளைத் தேற்றுகிறாள்...

அம்மா : ஏதாவது கனவுகண்டயா அம்மா.... இருந்தா தண்ணிகுடி என்று ஒரு கிளாஸ் தண்ணீர் கொடுக்க, அதை வாங்கியவாறே

சாந்தி: கனவுலே... (என்று விம்மி அழுகிறாள்)

-CUT-

(C.S)

3. கண்ணன் படுக்கையில்...

சாந்தியின் அம்மா: என்னம்மா கனவுகண்டே?

சாந்தி குரல்: கனவுலே அம்மா, எனக்கு அழகான ஒரு குழந்தை பிறந்தது... அதுக்குமா கால் ரெண்டும் அவர் கால்மாதிரியே நொண்டியா... (அழுகிறாள்)

(சாந்தி தாயிடம் சொல்லிக்கொண்டிருக்கும் குரல்... **Over-laps** சாந்தி தாய் டைலாக்கின்பொழுது கண்ணனுடைய மயங்கி... வெளிச்சத்தில் ஹாலின் கோடியில்... வாசற்படியில் தலைவைத்துப் படுத்திருக்கும்... அவள் தாய் **Trally For-wordto His Mother** சாந்தி அம்மா டைலாக் தாழ்ந்த நிலையில் இருக்க வேண்டும்,

அம்மா: கர்ப்பமா இருக்குறவங்க நல்ல விஷயங்களைப் பார்க்கணும்னு சொல்லுவாங்க, நான் ஒண்ணும் மூடநம்பிக்கை மாதிரி சொல்லலே... சன்டேக்காகவே **It Is A Truth** பொழுது விடிஞ்சு பொழுது போனா, இந்தமாதிரி ஒரு நொண்டியை பார்த்துக்கிட்டு இருக்குறதாலேதான் இப்படி ஒரு கனவு வருது...

சாந்தி: அதுக்கு நான் என்னம்மா பண்றது...? எதிர்க்க வராதேன்னா ஒருத்தரைச் சொல்ல முடியும்...?

(The Last Dialogue May Be Repeated Once Or Twice)

-Cut-

கண்ணன் Reaction

(C.S)To (C.M.S)

4. கண்ணன் : கோவில் மணி ஓசை... பறவைகள் சத்தம்... கண்ணன் படுக்கையிலிருந்து சுவரைப் பிடித்தவாறு எழுந்து சுவரிலிருந்து மிகவும் சிரமத்துடன்... மறுபுறத்திலிருக்கிற தூணிற்குச் சாய்ந்து... தூணிலிருந்து சோபாவை பிடித்துக்கொண்டு, சோபாவிலிருந்து இன்னொரு சோபாவிற்கு தையல் மிஷினைப் பிடித்து... மறுபடியும் அடுக்களை சுவர் அருகே வந்து வந்து... குனிந்து தாயை எழுப்புகிறான்...

கண்ணன் : *(மெதுவான குரலில்) அம்மா... அம்மா... (அம்மா பதைத்து எழுகிறாள்)*

(Camera Tilts Up)

-Cut-

(C.M.S)

5. *கண்ணன்* Prom *அம்மா* In Sug,

கண்ணன்: அம்மா இன்னிக்கு நல்ல நாளுன்னியே கோவிலுக்குப் போயிட்டு வரலாம்... புறப்படு... புறப்படு... இப்பவே போனா திருப்பள்ளி எழுச்சி பார்க்கலாம்...

-MIX-

காட்சி: 32

MONTAGES

(C.V)

1. கோயில் மணி ஆடி அடிக்கிறது.

-Cut-

(M.S)

2. கோவில் கர்ப்பகிரகம் தீபாராதனை...

-Cut-

(C.M.S)

3. கண்ணன் – அம்மா: குருக்கள் FieldIn ஆகி கற்பூரத்தட்டை நீட்ட இருவரும் கற்பூரஜோதியை கண்ணில் ஒற்றிக்கொள்கின்றனர்...

(Camera Pans With குருக்கள் Avoided கண்ணன் – அம்மா)

-Cut-

(M.S)

4. ஒரு பெரிய குளத்தின்மேல் படிக்கட்டில் கண்ணன் உட்கார்ந்திருக்கிறான். கண்ணன் InForeGround தூரத்தில் கீழே குளத்தில் கைகால் அலம்பிக்கொண்டு ஒரு பாத்திரத்தில் தண்ணீர் எடுத்துக்கொண்டு ஒவ்வொரு படிக்கட்டாக ஏறி கண்ணனிடம் வருகிறவரை அவன் பக்கத்தில் வந்து அவள் உட்கார, கண்ணன் சிந்தனையோடு எங்கோ பார்த்துக் கொண்டிருக்கிறான்.

-Cut-

(L.S)

5. கண்ணன் Angle

(Camera Pans And Registers கோவில் கோபுரம்... குளத்தின் மண்டபம், தென்னை மரச்சோலை, அஸ்தமனமாகும் சூரியன்.)

-Cut-

(C.M.S)

6. அம்மா InProm கண்ணன் In Sug

அம்மா: தெனம் தெனம் காலையிலே திருப்பள்ளி எழுச்சிக்கு வந்து அர்த்தஜாமம் வரைக்கும் கோவிலையே சுத்திக்கிட்டிருக்கோம். கோவிலையும் குளத்தையும் சுத்தி. சுத்தி எனக்கு காலு போயிடும்போல இருக்கு. இந்த மாசமாவது அந்த வேலூர் மிஷின் ஆஸ்பத்திரிக்கு ஒரு நடை போயிட்டு வந்திருவோமே...

-CUT-

(C.S)To (C.M.S)

7. கண்ணன்: (அம்மாவின் கால்களைப் பிடித்தவாறே) அம்மா... அம்மா... நீதான் பக்தியிலே கோயில் சுத்தறே... எனக்கு இப்பல்லாம் வர வர பக்திகூட போயிருச்சி... அவங்க கண்ணில எல்லாம் படாம இருக்குறதுக்காகத்தான் இந்தமாதிரி கோயிலுக்கும் குளத்துக்கும் இழுத்தடிக்கிறேன்... நீயும் நானும் இனிமே வீட்லே இருந்தா...

(பேசிக்கொண்டே கண்ணன் எழுந்திருக்க (C.M.S) ல் அம்மாவும் தோளைப் பிடித்துக்கொண்டிருக்கும் கண்ணனும், நகர, Camera FollowsThem கண்ணனின் டைலாக் தொடர்கிறது.)

குடும்ப நிம்மதி குலைஞ்சுபோயிடும்... யோசிச்சுப்பாரு, தம்பி சொல்றமாதிரி நம்ப...

-CUT-

(M.S) To (C.M.S) And (M.S) ஒரு பஸ் ஸ்டாப் அம்மாவும் கண்ணனும் FieldIn ஆனவுடன் கண்ணன் அங்கிருக்கிற பெஞ்சில் உட்கார்ந்துகொள்கிறான். அம்மா முந்தானையால் அவன் முகத்தை, கழுத்தை துடைத்துவிடுகிறாள்...

அம்மா : யாரும் யாருக்கும் பாரமில்லை. உனக்கு கால் இல்லேன்னா என்ன? நீதான் இந்தக் குடும்பத்துக்கு தலைவன், பெரியவன், மூத்தவன். இந்த ஆஸ்பத்திரிக்குப் போயிட்டு வந்தா கடவுள் கிருபையிலே உனக்கு கால் சரியாயிடும்...

(பஸ் சத்தம். Overlaps அம்மா பார்த்து கண்ணன் எழுந்திரிக்க உதவ பின்புறம் FieldIn ஆக)

-CUT-

(C.M.S)

9. (Camera Is Facing Inside Of The Bus Facing Entrance அம்மா முன்னாலும் அவளைப் பிடித்துக்கொண்டு கண்ணன் பின்னாலும் ஏறிக்கொண்டிருக்க... (கண்டக்டரின் குரல் **Overlaps)**

சீக்கிரம் ஏறும்மா... எவ்வளவு நாழி...?

-CUT-

(M.S)

10.(Camera Is In bus Stand Facing From Front Ext Of The-Bus கண்டக்டர் டிக்கட் கொடுத்துக் கொண்டிருக்கிறான். ரைட் கொடுக்க பஸ் நகருகிறது. பஸ் நகர்ந்து கேமராவுக்கு நேராக... கேமரா பஸ்ஸுக்குள் ஏறுகிறது...)

-CUT-

(M.S) To (C.M.S)

11.Camera பஸ் பிரயாணிகளை ஒரு **Panning** காட்டி **(C.M.S)** கண்ணன் – அம்மா மேல் நிற்கிறது... **In (C.M.S)** இரண்டுபேர் உட்காருகிற ஒரு சீட்டில் ஜன்னல் ஓரமாய் அம்மா உட்கார்ந்து, பக்கத்தில் கண்ணன் உட்கார உதவுகிறாள். கண்ணனின் பார்வை சற்று மேலே உயர **Camera Tilts Up** "பெண்கள்" எழுந்து... **In THE BACK GROUND MOVING** தெரு கண்டக்டரின் குரல் **Overlaps** ஹோல்ட் ஆன்... நகர்ந்துகொண்டிருக்கும் தெரு **SToP** கண்ணன் ஜன்னல்வழியே பார்த்துக் கொண்டிருந்தவன் கேமராவுக்கு நேரே திரும்பிப் பார்க்க..

-CUT-

(M.S)

12. கண்டக்டர் **Angle**

(InProm "பெண்கள்" என்கிற எழுத்துகள் தெரிந்து **Suite Panning**ல் பஸ்ஸில் ஏறி வருகிற அழகிய பெண்ணையும், அவளைப் பார்த்து தயங்கி தவிக்கிற கண்ணனையும், எங்கோ பார்த்துக் கொண்டிருக்கிற அம்மாவையும்... **Camera Includes)**

-CUT-

(C.M.S)

13. கண்டக்டர்: யாரு அது ஆம்பிளை... எழுந்திரு பொம்மனாட்டி சீட்லே...

(Camera (C.S)To (M.S)Composing Conductor Profile Oneside Of The Frame In (L.S) கண்ணன் THE GIRL கண்டக்டரின் டைலாக்கின் மீது Zoomகண்ணன் (C.S) கண்ணன் ஒரு விருப்புடன் கம்பீரமாய் எழுந்து எம்பி கைப்பிடியை பிடித்துக்கொள்ள... Camera Follows his Action The Girl Sits At Once)

பெண்: "Thank You"

அம்மாவின் குரல்: ஐயா... ஐயா...

-CUT-

(C.S) To (C.M.S)

14. அம்மா : ஐயா... அவனால நிக்க முடியாதுய்யா... (பக்கத்தில் இருக்கும் பெண்ணைப் பார்த்து) அவன் நொண்டிம்மா (பெண் பதைத்து எழுந்திருக்க)

-CUT-

(C.S) To (C.M.S)

15. கண்ணன் : இல்லேம்மா... நான் நிப்பேன்... (என்று சொல்லிக்கொண்டே திரும்ப)

(In (C.M.S) கண்டக்டர் Included In SUG கண்டக்டர் : (Without Lip Movement) பரிதாபப்பட்டு, நான் கவனிக்கலே சார்... உட்காருங்க...)

-CUT-

(C.M.S)

16.(Camera Tilt Down கண்ணனின் தடுமாறிக் கொண்டிருக்கும் பாதங்கள் கண்டக்டர் Approaches Towards கண்ணன். கண்டக்டர், கண்ணனைப் பிடித்து உட்காரவைக்கிறான். கண்ணன் குனிந்த தலையோடு அம்மாவின் தோளில் சாய்ந்துகொள்கிறான் (நெற்றியைத் தேய்த்து)

-CUT-

(C.M.S)

17. கண்ணன் – பெண்ணும்

பெண்: (கண்ணனைப் பார்த்து இரக்கத்துடன்) I AM SORRY. கண்ணன் விம்முகிறான்... தாய் அவனை அணைத்துக்கொண்டு தோளில் தட்டி சமாதானம் செய்து தனது கண்களைத் துடைத்துக் கொள்கிறாள்...

(From Her Angle Camera Pansinside Of The Bus Registers- many Passengers... Looking At Kannan... With Pity..)

-MIX-

காட்சி: 33

கண்ணன் வீடு.

திண்ணை நிலா வெளிச்சம்

(C.M.S) To (M.S)

1. கண்ணன் எங்கோ பார்த்துக்கொண்டு திண்ணையில்...

((M.S) ல் சித்ரா FieldInஆகி அன்போடு கூப்பிடுகிறாள்...)

சித்ரா : அண்ணா...

கண்ணன் அவளைப் பார்க்க

-Cut-

(C.M.S)

2. சித்ரா: வா அண்ணா சாப்பிடப் போகலாம்...

கண்ணன்: (அவளைப் பார்த்து) ஒரு தட்டில் போட்டு இங்கேயே கொண்டாந்து தாம்மா... இப்படி நிலாச்சோறு சாப்பிடுகிறேன்...

சித்ரா: சரி அண்ணா. OutField ஆகிறாள்.

(Camera PansTo Window In (M.S) ஹாலில் தட்டு ஒன்று போட்டு, தட்டின் முன்னால் ராஜா சாப்பிட உட்கார்ந்து கொண்டிருக்கிறான்... சாந்தி பரிமாற தயாராய் நிற்கிறாள்... சித்ரா FieldIn ஆகி Without Sound விஷயத்தைக் கூறுகிறாள்... சாந்தி ஜன்னல்வழியாக தூரத்தில் பார்த்து... தான் போய் அழைத்து வருவதாகச் சொல்லி CutField ஆக

-Cut-

(M.S)

3. திண்ணையில் உட்கார்ந்திருக்கும் கண்ணன், ஜன்னலிலிருந்த பார்வையை முகம் திருப்பி வானத்தில் பதித்துக் கொள்கிறான். சாந்தி FieldIn ஆகி அவன் பின்னால்போய் நிற்க,

-Cut-

(C.M.S)

4. இருவரும் Facing The Camera கண்ணன் InProm சாந்தி InSUG

(கண்ணனின் முகம் (C.V)விலும் சாந்தியின் உருவம் (C.M.S) விலும் Must Be Composed)

சாந்தி: நீங்க கொஞ்சநாளாவே எங்ககிட்டெல்லாம் வருத்தமா இருக்கறீங்க... நாங்க எதாவது தப்பு செஞ்சிருந்தா அதை மன்னிச்சி... நீங்க எப்பவும்போல இருக்கணும். வாங்க உள்ளே... அவர், அவர்.... காத்துக்கிட்டிருக்கார்

(கண்ணன் வானத்தில் பதிந்திருந்த பார்வையை மாற்றாமல் வறண்ட குரலில்...)

கண்ணன்: வறண்ட குரலில் ஒரு சிரிப்புடன் You Are Right... நான் கொஞ்சநாளா வருத்தமாத்தான் இருக்கேன்... ஆனா என் வருத்தத்துக்கு மனுஷாள் காரணமில்லை சாந்தி...

என்னைமாதிரி ஒரு ஊனப்பிறவி எல்லார் பார்வையிலும் பட்டுக்கிட்டிருக்கக் கூடாது... And Especially You...

(Trally Forword Goes To சாந்தி In (C.V) அவள் கண்கள் கலங்க... ஒரு குற்ற உணர்ச்சியுடன் எதுவோ... சொல்ல வாய்திறந்தும் ஒன்றும் சொல்லாமல், வாயைப் பொத்திய கைகளுடன் திரும்பி அங்கே நிற்கமுடியாமல் வேகமாய் ஓடி மறைய...)

-Cut-

(M.S)

5. ராஜா தட்டின் முன்னால் சாப்பிட உட்கார்ந்திருக்கிறான். (தட்டில் உணவு பரிமாறப்பட்டிருக்கிறது) சித்ரா இரண்டு தட்டுகளை எடுத்துக்கொண்டு,

சித்ரா: நானும் பெரிய அண்ணனோட நிலாச்சோறு சாப்பிடப் போறேன்.

என்று பாட்டுப் பாடுவதுமாதிரி OutField ஆக...

சாந்தி FieldIn ஆகி FieldOut ஆன சித்ராவைப் பார்த்து, இருக்கிற ராஜாவையும் பார்த்து பெருமூச்செறிய,

ராஜா: வர வர நம்ம வீட்லே எல்லாமே மாறிப்போச்சி...

Suite Camera Pans அடுப்பாங்கரையிலிருந்து கையில் குழம்புப் பாத்திரத்துடன் வந்த அம்மாவைப் பார்த்து...

ராஜா: என்னம்மா இதெல்லாம்...? அவரு என்னம்மோ கோவிச்சிக்கிட்டு திண்ணையை விட்டு வரமாட்டேன்றார்... சித்ராவும் தட்டைத் தூக்கிக்கிட்டுப் போகுது... இதெல்லாம் என்ன நாடகம்...?

அம்மா : எல்லாத்துக்கும் நீதான் காரணம்... சதாநேரமும் அவனைக் கரிக்கிற. நானும் ஒரு மாசமா வேலூர் மிஷன் ஆஸ்பத்திரிக்கு,

ராஜா: (இடைமறித்து) ஐய்யோ... ஐய்யோ...

-CUT-

(C.S)

6. ராஜா: பொழுதுவிடிஞ்சி பொழுதுபோனா வேலூர் மிஷின் ஆஸ்பத்தரி... வேலூர் மிஷின் ஆஸ்பத்தரி... என்னதான் உன் பெரிய பிள்ளை மேலே உனக்கு பாசம்னாலும் அதே நினைப்பு சீ... என்று அலுத்துக்கொண்டு தட்டில் கையுதறி எழுந்து போக...

Trally Back To (M.S) அம்மா **Included** ராஜா முற்றத்தில் கை அலம்பியவாறே...

ராஜா: அவருக்கு கால் இல்லேன்னா இருக்குறவங்க கழுத்தையெல்லாம் அறுக்குறீங்களே..?

அம்மா : ஆமாண்டா, நாங்க இருக்குறதே கழுத்தறுப்புத்தான்.

-CUT-

(C.M.S)

7. சாந்தி – அம்மா

(சாந்தி **ForeGround**ல் தலையைப் பிடித்துக்கொண்டு சோபாவில் உட்கார, அவள் பின்னால் அம்மா ஆக்ரோஷமாக கத்துகிறாள்...

அம்மா: பெரியபுள்ளை... பெரியபுள்ளைன்னு கரிக்கறீங்களே...? அவனுக்கு நான் என்ன பண்ணேன்... எல்லாம் உனக்குத்தானடா பண்ணேன்... எனக்கு அவன் வேற நீ வேறயா...? அவனுக்கு வந்தமாதிரி உனக்கு வந்திருந்தாலும் பெத்தவ நான் இப்படித்தான் அவஸ்தைப்படுவேன்)

-CUT-

(Camera Is Inside Of The Room Facing The Hall " அம்மா **With** ராஜா **Coming Towards Camera)**

(M.S)

8. ராஜா: உன் தலை எழுத்து நீ எப்பவும் அவஸ்தைப்படுவே... எனக்கு அந்தமாதிரி வந்து இருந்துதனா எங்கேயாவது

விழுந்து சாவேனே தவிர... இருக்குறவங்க நிம்மதியைக் கெடுக்க மாட்டேன்...என்று சொல்ல...

அம்மா : அடப்பாவி...!

என்று இவனைப் பார்த்து சபிக்க... தலையைக் குனிந்து கொண்டிருந்த சாந்தி, கோபமாகவும் அதிர்ச்சியாகவும் தலைநிமிர்ந்து பார்க்க... ராஜா கேமராவுக்கு முன்னால் (**C.M.S**)ல் கதவை மூடுகிறான். அவன் உள்ளே திரும்ப **Camera PansAlong With HIM Register** அறை ஜன்னல். ஜன்னல்வழியே திண்ணையிலிருக்கும் சித்ராவும், கண்ணனும் தெரிய...

-CUT-

(C.S) To (C.M.S)

9. கண்ணன் – சித்ரா

(**In (C.S)** கண்ணன் அவன் சொல்வது சரிதானென்று விரக்தியுடன் தலையசைக்க, **Trally Back To C,(M.S)** சித்ரா **Included** சாப்பிட்டுக்கொண்டிருந்த தட்டை கண்ணன் தள்ளிவைக்க... சித்ரா கலங்குகின்ற கண்களோடு அவன் கையை ஆதரவோடு பற்றிக் கொள்கிறாள்... கண்ணன் பார்வை எங்கோ திரும்ப... அவனை அணைத்துக் கொள்கிறாள்...

-CUT-

(C.S)

10. கட்டிலில் மல்லாந்து படுத்துக்கொண்டு புகை ஊதிக் கொண்டிருக்கும் ராஜா...

(**Trally Back To (C.M.S)** சாந்தி **Included** அவன் பக்கத்தில் உட்கார்ந்திருக்கும் சாந்தி சற்றுநேரம் அவனை பார்த்துக் கொண்டிருந்த பின்னர்)

சாந்தி : என்ன இருந்தாலும் நீங்க அப்படி பேசியிருக்கக் கூடாது. ஏற்கனவே அவர் ரொம்ப நொந்துபோயிருக்கார்...

ராஜா மெதுவாக அவள்மீது பார்வையைத் திருப்ப...

ராஜா: **Without Lip Movement I AM SORRY...**

-FADEOUT

காட்சி: 34

(C.S) To (M.S)

1. திண்ணையில் சாய்ந்து படுத்து கண்களை மூடிக்கொண்டிருக்கும் கண்ணன்...

Field In ஆகி சித்ரா: (அவனைத் தொட்டு) அண்ணா தூங்கிட்டியா...?

-CUT-

(C.M.S)

2. கண்ணன் **InProm** சித்ரா **In Sug** மூடிக்கொண்டிருந்த கண்களைத் திருப்பி...

கண்ணன்: (ஒரு பெருமூச்சுடன்) தூங்கிடலாமான்னு யோசிச்சிக்கிட்டிருக்கேன்...

-CUT-

(C.M.S)

3. சித்ரா **InProm** கண்ணன் **In Sug**

சித்ரா : வெளியிலே பனியா இருக்கு... உள்ளே வந்து படுத்துக்கோ அண்ணா... (என்று உதவ அவன் எழுந்திருக்க)

-CUT-

(M.S) To (C.S)

4. **(Shot** ஆரம்பத்தில் ஒரு பெஞ்சின்மீது விரித்துப் படுக்கை **(M.S)** ல் தெரிய இருவரும் **FieldIn**ஆக **Trally ForwordTo (C.M.S)**

கண்ணன் படுக்கையில் படுக்கிறான்...

Facing The Camera In (C.S) சித்ரா அவன் முகத்தருகே குனிந்து...

சித்ரா: **Good Night** என்று வழக்கம்போல் சொல்லி **OUT-Field**ஆக... கண்ணன் கண்களை மூடாமல் கலங்க...

கண்ணன் : குட்டை... **In whisper**
Camera Go To (C.V) A Prominent Light Is Of From (C.V) Trally Back Includes- A Pach Of Light From The Window..
கண்ணன் : படுக்கையில் எழுந்து உட்காருகிறான்...

-CUT-

காட்சி: 35

(C.S) To (E.L.S) In ToP Angle

1. கண்ணன்

(The Whole House Must Be Showen Inthe Endframe ... Last Frame Inone Corner Of கண்ணன் **Seated On His Bed Another Corner Mother And** சித்ரா **Sleeping On This Shot Super Imposes- Few Frame Inevery Shot - Stated Below:**

C.B கண்ணன் குழாயடியில் உட்கார்ந்திருக்கிறான்...

Sound "காலில்லாதவன் நொண்டி" (என்ற பையனின் படிக்கும் குரல்)

-CUT-

A. சாந்தி முதன்முறையாக... இவனை நொண்டி என்று அறிந்து திகைத்தல்...

-CUT-

B. அடிபட்டு விழுந்த நொண்டிக் குருவி...

-CUT-

C. Bus காட்சி

அம்மாவின் குரல்: ஐயா... ஐயா... அவன் நொண்டிய்யா...

-CUT-

E. சாந்தியும் அவள் தாயாரும் பேசிக்கொண்டிருந்தது...

-CUT-

F. InProm Inent Both Sound And Shot

ராஜா: 'நானாக இருந்தால்' (கண்ணன் எழுந்து சுவரைப் பிடித்துக்கொண்டு நகர)

-CUT-

(M.S)

2. ஹாலில் **Empty Frame** கண்ணன் வர ஓரிடத்திலிருந்து இன்னொரு இடத்துக்கு எதையோ அவன் பற்றி தாவ...

-CUT-

(C.M.S)

3. (Camera Tilt Down To அம்மா–சித்ரா உறங்கிக் கொண்டிருக் கின்றனர். கண்ணனின் முகம் Frame In ஆகிறது SOUND Without Lip Movement...)

குட் பை... (கண்ணனின் பார்வை உயர...)

-CUT-

(M.S)

4. மூடியிருக்கும் ராஜாவின் அறைக் கதவு...

(Camera Pans To கண்ணன் WHILE Panning கண்ணன் WHISPER

குட்...பை...

Trally Forword To கண்ணன் voides HALL Camera FACES Background கண்ணன் In Sug அவன் திரும்பி OutField ஆகும்வரை தடுமாறி நடக்க... ஒரு படிக்கட்டில் இடற சத்தம்...

கண்ணன்: I KICKED MY BUCKET (WITHOUT LIP)

-CUT-

(C.M.S)

5. கண்ணன் ஒரு திருடனைப்போல் பயந்து கதவருகே பதுங்குகிறான்...

(Camera Follows HIS Action TILL HE REACHES BACK DOOR...

-CUT-

(E.L.S)

6. (Camera Should Be The Mainentrance Of The House Facing The Back Ground Yard Door கண்ணன் கதவைத் திறந்ததும்... Zoomforward To ஞாண்ணன் (C.v) Full Lights On His Face Trainsound Lights Disappears Indarkness கண்ணன் Face With Full Of Sweat (கண்ணன் முகத்தை துடைத்துக்கொள்ள)

-CUT-

காட்சி: 36

சத்திரத்துத் திண்ணை.

நிலா வெளிச்சம்

(M.L.S) To (C.S) ToP Angle

1. சத்திரம் முழுமையாகத் தெரிய...

(Trally Forword SLOWLY (M.L.S) லிருந்து கேமராவுக்குப் போகும்பொழுது...)

பக்கத்தில் ஒரு நாய்... டப்பாவிலிருந்து அதற்கும் கொஞ்சம் வழித்து வைக்க...

Panning In Zig Zag Register பூட்டியிருக்கும் கதவு காலியாக இருக்கும் பெரிய திண்ணை சிறிய திண்ணையில் உட்கார்ந்து சாப்பிட்டுக் கொண்டிருக்கும் வீரப்பனின் **Profile Camera Stops At His** டப்பாவை வழித்து நக்கி அதிலுள்ளதை குடிக்க... முகத்தருகே தூக்க...

தகர டப்பாவில் நிலா வெளிச்சம் விழுந்து அவன் முகத்தில் ஓரிருமுறை பிரதிபலிக்க வேண்டும்.

-CUT-

(சாலையில் செல்லும் ஒரு லாரியின் சத்தம்)

(C.M.S) To (M.S)

2. தகர டப்பாவிலிருப்பதை குடித்துக் கொண்டிருக்கும் வீரப்பன்மீது லாரியின் வெளிச்சம் விழ அவன் புறங்கையால் முகத்தை மூடிக் கொள்கிறான்... LIGHT போய் மங்கிய நிழலில் டப்பாவை வைத்துவிட்டு சட்டையில் வாயைத் துடைத்துக் கொள்கிறான் ஒரு ஏப்பம் விடுகிறான் சட்டைப் பையிலிருந்து... பீடியும், நெருப்புப் பெட்டியையும், எடுத்து பற்றவைத்துக் கொண்டு சுவாரஸ்யமாய் புகை இழுக்கிறான் அவன் பார்வை உயர...

-CUT-

(M.S)To (C.M.S)

3. பக்கத்திலுள்ள பெரிய ஆலமரத்தடி. அதன் ஓரத்தில் சாத்தி வைத்திருக்கும் அவன் வண்டி கையில் ஒரு கம்புடன்

FieldIn ஆகி வீரப்பன் வண்டியிடம் வர (சீட்டியத்துக் கொண்டே)

-CUT-

(C.M.S) 4. வண்டியில் உட்கார்ந்துகொண்டு நிலா வெளிச்சத்தில் ஆலமரக்கிளையின் நிழல் அவன்மீது விழ... அவன் அண்ணாந்து நிலாவைப் பார்க்க... அவன் பார்வையோடு கேமரா Tilt Up To The Sky To The Branches Of The Trees

(Camera Tilts Down To Tilt Up)

(தூரத்திலிருந்து கேட்கும் ஒரு பாட்டு... தன்னை அறிந்து இன்பமுற வெண்ணிலாவே...)

-CUT-

(C.S)

5. வீரப்பன் பீடியை பல்லில் கடித்துக்கொண்டே அந்தப் பாடலை அவனும் பாடி... வண்டியை உந்தி **OutField** ஆக..

-CUT-

(E.L.S)

6. நிலா வெளிச்சத்தில் தெரியும் ஒரு அழகான ஏரி...

(ஒரு பெரிய ஏரியாக கேமரா செய்து காட்டிக்கொண்டே, ஏரியின் கரை வரை வந்து **SToPS Trally FiorwordS To (M.) ஏரித் தண்ணீர் இரண்டு கூழாங்கற்கள்... ஒன்றைத் தொடர்ந்து ஒன்று விழ தண்ணீரில் எழும் அலைகள். இரண்டாவது கல் தண்ணீரில் விழ பூராவும் சீட்டி ஒலி கேட்க வேண்டும்...**)

-CUT-

(C.M.S) To (L.S)

7.

(பிரேம் முழுக்க ஏரித் தண்ணீரும்... ஒரு EDGEல் தண்ணீரில் கல்லை எறிந்துகொண்டு உட்கார்ந்திருக்கும் வீரப்பன்... (நல்ல காற்று அடிக்க வேண்டும்) தெருக்கூத்து சத்தம் தூரத்தில் கேட்க வேண்டும்... சற்று நேரம் அந்த இசையை

அவன் ரசித்துக் கேட்டு, வண்டியில் ஏறி நின்று... ஒரு தெருக்கூத்து நடிப்புக் காட்டி கம்பை ஊன்றிக்கொண்டு கம்பீரமாக நின்று விழுகிறபோது சமாளித்துக் கொள்ள..)

-Cut-

(L.S)

8. பூக்கள் அடர்ந்த ஒரு மரம்...

(மிக குதூகலமான ஒரு சங்கீதமும், விசில் சத்தமும், Camera Tilt Down ON THE ToP OF THE TREE கீழே வீரப்பன் சக்கர வண்டியில் FieldInஆகி எழுந்து நின்று பூக்களுக்கு நடுவே அண்ணாந்து பார்க்க... ZoomTo (C.M.S) அவன் உருவம் பூக்களுக்கு நடுவே FACE InProm நிழலும், வெளிச்சமுமாய் தெரிய, மரக்கிளையை அவன் குலுக்க... CHARMING ஆகச் சிரித்து...)

-Cut-

(M.L.S)

9. ஒரு மரத்தடியில் தலைமீது பூக்கள் சொரிய நின்றிருக்கிறான்...

(ஒரு நாய் குரைக்கும் சத்தம்...

வீரப்பன் திரும்பிப் பார்க்க...)

-Cut-

(C.S)

10. வீரப்பன்

(அவன்மீது சொரிந்த பூக்கள் கிடக்க வேண்டும். ஒரு பூவை எடுத்து முகர்ந்தபின், நாய் குரைக்கும். புருவத்தின்மீது கை மறைத்து.)

-Cut-

(L.S) To (C.S)

11. ரயில்வே டிராக்,

(Camera (M.S)க்கு வருகிறபொழுது டிராக்குக்கு மறுபுறத்தில் ஊர்ந்து வருகிற கண்ணன் தலையும் உடம்பும் மெல்ல மெல்ல மேலே வர... (C.S))

-Cut-

(C.M.S)

12. வீரப்பன் மிகவும் சீரியஸான முகத் தோற்றத்துடன் குனிந்தும், நிமிர்ந்தும்... தூரத்தைப் பார்த்தவாறு முனகல்.

வீரப்பன்: (முனகல்) மனுஷப்பயல்தான். டோய்... (என்று தீர்மானத்துடன் வண்டியில் உட்கார்ந்து வந்து)

-Cut-

(C.M.S)

13. கண்ணன் மூச்சுத்திணறி முகமெல்லாம் வியர்க்க... முழங்கையெல்லாம் மண்ணோடு மேட்டின்மீது வந்து முகத்தில் வெளிச்சம் பட... வேறுபுறம் திரும்பிப் பார்க்க... Camera Pans

Camera At The Middle Of The Railway Track...

(Frame Low Angle)

இரண்டுபுறமும் மின்னித் தெரியும் தண்டவாளங்களும் CENTRE OF THE Frame கேமராவை நோக்கி விளக்கொளியை வீசி வந்துகொண்டிருக்கும் என்ஜீனும்...)

(ரயில் தண்டவாள அதிர்ச்சி சத்தமும்...)

-Cut-

(C.V) To (C.M.S)

14. வீரப்பன் வண்டியின் சக்கரம்

-Cut-

(C.V) To (C.M.S)

15. ரயில் இன்ஜின் சக்கரம்

-Cut-

(C.M.S) ToP Angle

16. ரயில் தண்டவாளத்தில் தலையை வைத்துக்கொண்டு, குப்புறப்படுத்துக்கொண்டு இரண்டு கைகளையும் தலைக்குமேல் கூப்பிக் கொண்டு படுத்திருக்கும் கண்ணன்.

(ரயில் சத்தம் நெருக்கமாய் ஒலிக்க வீரப்பனின் கைகளும் தலையும் FieldInஆகி இரண்டு தலைகளும் ஒன்றுசேர குறுக்கே கம்பு கண்ணனின் கழுத்தடியில் கொடுக்கப்பட்டுள்ளது... திரும்ப முகம் திரும்பும்

கண்ணனும், வீரப்பனும் புரண்டு FieldOUT ஆக...

-Cut-

(C.V)

17. (In Same Angle இவர்கள் இருவரும் இல்லாமல் ஓடுகிற ரயில் சக்கரங்கள் Trally Back To (M.S) இவர்கள் இருவரும் உருண்டு ஒருவரையொருவர் பிடித்துக்கொண்டு தடுமாறிக் கொண்டிருக்கிறார்கள்.)

-Cut-

(C.M.S)

18. கண்ணன் Prom – வீரப்பன் Sug

(ரயிலின் வெளிச்சமும் நிழலும் மாறி மாறி விழ...)

கண்ணன் குமுறி அழுது வீரப்பனின் தோளில் சாய, அவன் தோளில் வீரப்பன் தட்டிக் கொடுத்து தலைநிமிர்ந்து பார்க்க...

-Cut-

(L.S)

19. ரயில் தூரத்தில் போய்க்கொண்டிருக்கிறது...

-Cut-

(M.L.S)

20. கண்ணன் தலையை குனிந்துகொண்டு தரையில் மண்டியிட்டு உட்கார்ந்திருக்க, அவனைப் பார்த்தவாறு கையில் கம்புடன் வீரப்பன் நின்றுகொண்டிருக்கிறான்...

(Zoomto (M.s)- (C.m.s) Camera Tilts Up First Shot ஆரம்பத்தில் ForeGroundல் சக்கரவண்டி)

Shot ஆரம்பத்தில் வீரப்பனின் குரல்...

சாமி

In (M.S)

சாரு ... (கண்ணன் தலைநிமிர்ந்து பார்க்க)I

(C.M.S)

20A. *வீரப்பன்: (சற்று அவனருகே வந்து) ஐயா...! எழுந்திரு இனிமே அடுத்த வண்டி பொழுது விடிஞ்சாத்தான்... வா... நம்ப மாளிகைக்கு... (என்று சொல்லிக்கொண்டே ஆகிறான்) கண்ணன் அவனைப் பார்த்து தலைதிரும்ப...*

-CUT-

(C.M.S)

21. *நடந்துகொண்டே வந்த வீரப்பன் தண்டவாளச் சரிவில்... நின்று வீரப்பன்*

வீரப்பன் : நீ என்ன பண்ணுவே...? அந்த இடத்து ராசி...!

என்று சொல்லியவாறே திரும்பிப் பார்த்து அவன் வர இல்லாதிருப்பதைக் கண்டு திகைக்க...

-CUT-

(M.S)

22. *வீரப்பன் – கண்ணன்*

(Russian Angle In Sug *வீரப்பன்* **At the Disatnce, Prom** *கண்ணன்*

வீரப்பன் : என்னய்யா... அங்கேயே குந்திக்கினு இருக்கியே... வா, வா... அங்கே போய்ப் பேசுவோம்...

கண்ணன் எழுந்திருக்க முயன்று தடுமாறி விழ...

வீரப்பன்: ஓ ஓ... (என்று ஓடி ஏற)

-CUT-

(C.M.S)

23. *நிற்க முடியாமல் விழப்போகும் கண்ணனை வீரப்பன் கட்டிப் பிடிக்க... அவனும் இவனை தாங்கிக் கொள்கிறான்...*

வீரப்பன் : (முனகல்) சர்த்தான்... நம்ப கேஸு... உனக்கும் நடக்க முடியாதா...? (என்றவாறு) இந்தா சாரு... கட்டையை ஊணிக்கின்னு நடப்பியா... (என்று கம்பைக் கொடுக்க)

(Trally ForworTo (C.S) பிரேமில் இருவர் தலையும் இருக்க வேண்டும்... வீரப்பன் தலையில் ஒரு பகுதி Prom **ஆக கண்ணன் முகம்...**

கண்ணன்: ம்ஹ்ம்... என்னாலே முடியாதய்யா... இப்படியே உங்களைப் பிடிச்சிக்கிட்டு... நீங்க நடந்தா... நானும் நடப்பேன்...

-CUT-

(C.M.S)

24. *வீரப்பன் – கண்ணன்*

(கேமராவை நோக்கி வந்து வீரப்பன் தலைமறைய கண்ணன் முகம் ஆகி வர)

வீரப்பன் : கையிலே ஒரு கொம்பு இருந்துதுன்னா நான் உங்களை தூக்கிகின்னுக் கூட நடப்பேன் சாமி...

என்று சொல்லிக்கொண்டே மேலிருந்து கீழாக சரிந்து இறங்க...

-CUT-

(M.S)

25 (Camera In *சரிவு...* **Tilt Down** *வீரப்பன்... முதுகுப்புறமும் தலையும் தெரிய வேண்டும். வண்டி* **InProm** *வீரப்பனும் கண்ணனும் வண்டியை நெருங்க...*

வீரப்பன் குரல் : ஏறிக்க சாமி... நம்ம ரதத்திலே...

-CUT-

(C.M.S) Low Angle

26. *கண்ணன் வண்டியில் ஏறி உட்கார்ந்து கொள்கிறான்...*

(வீரப்பன் முதுகுப்புறம் தெரிய வண்டியை அவனுக்கு சரி செய்து கொடுக்கிறான்...)

வீரப்பன் : சும்மா உந்தி உட்டா சரசரன்னு போகும் .... டர்னிங் வந்தா இதை ஒடிச்சிக்கணும் சாமி... எங்கே... (என்று ஒரு தள்ளு தள்ளிவிடுகிறான்)

-CUT-

(C.S)

27. *ஓடுகிற வண்டியில் கண்ணன் முகத்தில் ஒரு குதூகலமும் மகிழ்ச்சியும் (கண்ணீரும்) (கண்ணன் திரும்பிப் பார்க்க)*

-CUT-

(M.S) To (C.M.S)

28. *வீரப்பன் கம்பை ஊன்றியவாறு வேகமாக... ஓடி வந்து கண்ணன் அருகே குனிந்து*

வீரப்பன்: எப்படி சார் வண்டி ? சம்முண்ணு இல்லே..? (கண்ணன் அவனை தலைநிமிர்ந்து பார்க்க)

வீரப்பன்: இன்னா சார், அப்படி பார்க்குறே...? இவன்தான் கையிலே கம்பை வெச்சிக்கிட்டு நடக்குறான், ஓடுறானே... உனக்கேன்டா வண்டின்னு பார்க்குறயா...? (என்று சிரித்து) கால் உள்ள புண்ணியவான்களெல்லாம் காரு, சைக்கிள்னு வச்சிருக்காங்களே எதுக்கு...? நடக்க முடியாமலியா...? ஒரு ஜாலிதான்... நமக்கு இதுபோதும் சார்... இந்த வண்டியிலே நான் எம்மான்தூரம் சுத்தியிருக்கேன் தெரியுமா...? (என்று சற்று யோசித்து) இப்ப கொஞ்சநாளா நான் எங்கேயுமே போறதில்லை சார்... அந்த சத்திரம்தான் கதி... என்று தூரத்தில் பார்த்து கையை நீட்டிக்காட்ட...

-CUT-

காட்சி: 38

ரோடு.
(M.S) A MOVING

(M.L.S)

1. சக்கரவண்டியில் கண்ணன் வேகமாய் துரத்திப் போக அவன் பின்னால் வீரப்பன் பின்னால் குதூகலமாக சிரித்தவாறு ஓடிக்கொண்டிருந்த வீரப்பன்...

வீரப்பன் : ஐயா... ஐயா... நில்லுங்க ஐயா...

-Cut-

(C.M.S)

2. வீரப்பன்: (மூச்சு இரைக்க மெதுவாய் நடந்துகொண்டே) அப்பா... நம்மாலே ஓட முடியலே... நீ இன்னய்யா இந்த ஓட்டம் ஓடறே...? வண்டி கெடைச்ச உடனே?

-Cut-

(C.M.S)

3. வீரப்பன் கம்பை ஊன்றியவாறு நடுரோட்டில் கண்ணன் பக்கத்தில் உட்காருகிறான்... கண்ணன் வீரப்பனைப் பார்த்து நன்றியுடன் புன்னகை செய்ய வீரப்பன் ஒரு பெருமூச்சுடன் தூரத்தைப் பார்த்து...

-Cut-

(L.S)

4. ரயில்வே டிராக்...

(வீரப்பன் முதலில் பார்த்த அதே Angleல்)

வீரப்பனின் குரல்: அந்த இடம் ஒரு காவு கேட்டுக்கின்னே இருக்கு...பொழுது விடியட்டும்..ரெண்டு எலுமிச்சம்பழத்தை வாங்கிக்கின்னு போய் தண்டவாளத்திலே வைக்கணும்...!

-Cut-

(C.M.S)

5. வீரப்பன் - கண்ணன்

வீரப்பன் : நான் ஒருத்தன் இங்கே திரிஞ்சிக்கின்னே

இருக்கேனா...இதோட மூணு உசிரை காப்பாத்தியிருக்கேன்...! மொதல்ல ஒரு குழந்தை, பச்சைப் புள்ளை அதுக்கின்னா தெரியும்...?

(என்று ஒரு நிமிஷம் யோசித்து)

அப்புறம் ஒரு எருமை மாடு, மூணாவது நீங்க... மூணு உசிரைக் காப்பாத்துனது ஒரு சந்தோஷம் இல்லையா...? ஆ... நாம்பளா காப்பாத்தறோம்... கடவுள் காப்பாத்தறார்...

எங்கேயோ இருந்த பார்வையை மாற்றி கண்ணனைப் பார்த்து,

வீரப்பன் : ஆள் பாத்தா நல்லா இருக்கீங்க, உங்களுக்கு ஏன் இந்தப் புத்தி வந்தது? Pass...

வீரப்பன் : உங்களுக்கு இன்னும் வயசு இருக்குய்யா... (என்று சொல்லும்போது)

ஒரு காரின் சத்தம் கேட்கும்போது...

-CUT-

(M.S)

6. (இவர்கள்மீது லைட்டை அடித்தவாறு கார் ஒன்று நெருங்கிவர, நடுரோட்டில் இருந்த வண்டியை கண்ணனோடு சேர்ந்து ஒருபுறம் உந்திவிட்டு நிற்க... கார் கிராஸான பிறகு (காரில் போகிறவன் திட்டிவிட்டுப் போகிறான்.)

வீரப்பன் : உங்களுக்கு ஆயுசும் இருக்கு... கண்டமும் இருக்குய்யா...

என்றவாறு ரோடை கிராஸ் செய்தவாறு இவன் அருகே வர வீரப்பன் கண்ணன் அருகே வந்து உட்காரும் வரை...

-CUT-

(நிலா வெளிச்சமும் நிழலும் அவர்கள்மீது விழுந்திருக்க... பூக்கள் மலர்ந்த செடிகளின் ஓரம் டைலாக்... ஆரம்பித்த பிறகு **Trally Back To (M.S)** **வீரப்பன் கண்ணனை ஆழந்த சிந்தனையோடு பார்த்துக்கொண்டு அவன் அருகே நெருங்கி கண்ணனின் குனிந்த தலையை கொம்பால் நிமிர்த்த..)**

(C.V) To (M.S)

7. கண்ணன்: (கண்கலங்கி) ஐயா பரதேசி, எங்கம்மா ஒருத்தி

போதாதுன்னு நீ வேற ஏன்யா வந்து சேர்ந்தே...? என்னைக் காப்பாத்தறதுக்கு... அங்கேதான் ரயில் தண்டவாளத்திலே நானாதான் வந்து படுத்தேன்... ஏதோ காப்பாத்தினே... இப்ப கார்க்காரன் அவன் புண்ணியத்திலே அடிச்சிட்டு போயிருப்பான்... என்னை மாதிரி... மனுஷனைக் காப்பாத்துனா புண்ணியம் வராதுய்யா... (என்று தலை குனிந்துகொள்ள)

-Cut-

(C.M.S)

8. கண்ணன் InProm

வீரப்பன் : ரொம்ப நல்லா இருக்குது சாமி...

(கண்ணன் முகம் InProm வீரப்பன் In Sug)

கண்ணன்: என்ன நல்லா இருக்கு...

வீரப்பன் : எல்லாம்தான்... என்று சொல்லி முகம் திரும்ப,

(Camera Avoides வீரப்பன் முகம். Registers அவனது நீட்டிய கை.)

வீரப்பன் : இதோ இந்த நிலா...!

-Cut-

(M.S)

9. வீரப்பன் குரல் : இந்தக் குளம்.

(Camera Tilts Up To The Sky Through The Branches Of The Sky...)

-Cut-

(M. L.S)

10. அல்லிப்பூக்கள் மலர்ந்த ஒரு குளம்...

வீரப்பன் குரல் : அடிக்கிற காத்தது...

-Cut-

(M.S) To (C.M.S)

11. இருவரும் மரத்தடி...... காற்று வீசுகிறது.

வீரப்பன் : குடிக்கிற தண்ணீர்... பசி... சோறு... தூக்கம்...

துன்பம்... எல்லாம்தான் நல்லா இருக்கு...

Final Frame ல் கண்ணன் **InProm** வீரப்பன் **In SugIn(C.M.S) Camera Goes Closer To** கண்ணன் உதடுகள் வறண்டு எச்சிலைக் கூட்டி விழுங்க..

கண்ணன்: தாகமா இருக்கு, கொஞ்சம் தண்ணீ கெடைக்குமா...?

-CUT-

(C.M.S)

12. வீரப்பன் : சும்மா இளநீரு மாதிரி இருக்கும், அந்தக் குளத்துத் தண்ணீர்... போய் குடிச்சுப்பாரு சாமி...

என்று சொல்லி, வண்டியை பிரேமுக்கு வெளியே தள்ளிவிட

-CUT-

13. சக்கரவண்டி பிரேமுக்குள் வேகமாய் வருகிறது... கண்ணனின் கை பக்கத்திலுள்ள் செடி கொடிகளைப் பிடிக்க இரண்டு பப்பாளி இலை நீண்ட காம்புகளுடன் கையில் கிடைக்க, வண்டி குளத்தின் கரையோரம் நிற்க,

(குளத்தின் நடுவே கேமரா FACING கரை, நடுவில் தண்ணீர், ஓரத்தில் செடிகொடிகள்.)

-CUT-

(C.S) To (M.S)

14. கண்ணனின் தலை

கண்ணன்: என்னய்யா பரதேசி... தண்ணி கேட்டா கொளத்திலே தள்ளி விட்டுடுவ போலருக்கு. கடைசியிலே அதுவும் நடக்கலே... இங்கே வண்டி வந்து நின்னுடுச்சி...

(Background பூராவும் தண்ணீர். கேமரா **M.S** க்கு வர வீரப்பன் **Included)**

சக்கரம் கல்லில் இடித்து நிற்கிறது.

வீரப்பன்: சாமி... தாகம் தீராம உசிருபோகாது சாமி. அதனாலேதான் சாவறவங்களுக்கு தண்ணீ ஊத்தறது. இந்தத் தண்ணியை குடிச்சுப் பாரு சாமி... (என்று ஒரு பப்பாளிக்காம்பை எடுத்துக்கொண்டு கரையருகே கவிழ்ந்து படுக்க...

-CUT-

(C.S)

15. (Camera குளத்தில் கரையோரம் உள்ள செடிகளின் ஊடாக வீரப்பனின் முகம் தெரிய, ஸ்ட்ராவால் குடிக்கிறமாதிரி, குளத்துத் தண்ணீரை பப்பாளிக்குழாயின் வழியாக தண்ணீரை உறிஞ்சிக் குடிக்கிறான். ஒரு வாய் உறிஞ்சி கரையின் பக்கம் திரும்பி பூவானம் மாதிரி ஊத, கேமரா Goes To M.S Includes கண்ணன். கையில் குழாயுடன் கண்ணன் குனிய கேமரா Forward To கண்ணன் (C.S) கண்ணன் அவனை மாதிரியே தண்ணீர் குடித்து தாகம் தீர்க்கிறான்...

-CUT-

(C.M.S)

16. வீரப்பன் (பையிலிருந்து பீடியை எடுத்து) சாமி... (என்று நீட்ட) கண்ணன் மறுத்து கையசைக்கிறான். வீரப்பன் பீடியை பற்றவைத்துக்கொள்ள, கண்ணன் அவனை நன்றாகப் பார்த்தபிறகு தன் கால்களைத் தடவி விட்டுக் கொண்டு...

(Camera Facing குளம், கரை, கண்ணன் வண்டியில் வீரப்பன் பக்கத்தில்)

கண்ணன் : துன்பம் கூடவா நல்லாருக்கு...

வீரப்பன்: (புகையை ஊதிச் சிரித்து) ஆமாம் சாமி. துன்பத்துக்கு அப்புறம்தான் சுகம்...

-CUT-

(C.S)

17. கண்ணன் : (சிரிப்புடன்) சொகம். எனக்கு எதுய்யா சொகம்? சொகமே வராதுன்னு நல்லாத் தெரியுது... என்னத்துக்கு உயிரை வெச்சுக்கிட்டு துன்பம் மட்டும் படணும்...?

Out Field Voice வீரப்பன் : ஆ... இவரு கண்டாரு... சொகமே வராதுன்னு...

(Camera Pans To வீரப்பன் தலையைக் குனிந்து பீடி பிடித்தவாறே...)

வீரப்பன் : எல்லாம் நம்பளைக் கேட்டுக்கிட்டுதானே வருது...?

என்று கேட்டுக்கொண்டே இவன்பக்கம் திரும்பி...

இதோ பாருங்கய்யா... சொகமோ...! கஷ்டமோ...! எல்லாத்தையும் அனுபவிக்கத்தானே பொறந்திருக்கோம். **After A Pans...** சாகப்படாதுய்யா... சாவுதான் ஒரு நாளைக்கு வருமே. அதுவரைக்கும் இருக்கறது...

(C.M.S) To (C.S) AgaIn (C.S) To (C.M.S)

18. கண்ணன் மறுபடியும் வருத்தமாகி குனிந்த தலையோடு உட்கார்ந்திருக்க...

OutField Voice வீரப்பன் : அது சரி. நீங்க பாட்டுக்கு உசிரை உட்டிடலாம்ன்னு வந்துட்டீங்களே... உங்களுக்குத் தாய், தகப்பன், கூடப் பொறந்தவங்க.. குடும்பம் ஒண்ணும் கிடையாதா...? என்று கேட்க, கண்ணன் குனிந்த தலையுடன் குமுறி அழுகிறான். வீரப்பன் **Field IN** ஆகி

வீரப்பன் : வருத்தப்படாதீங்கய்யா... கண்ணன் கண்களைத் துடைத்துக்கொண்டு தூரத்தே பார்த்து...

கண்ணன் : அதோ தெரியுது பாருங்க... அங்கேதான் என் வீடு... அம்மா... தம்பி... ஒரு தங்கச்சி... சாந்தி...

வீரப்பன் : அப்புறம் என்னய்யா கொறைச்சல்? சாந்தி... சமாதானம்.... சந்தோஷம்...

-CUT-

(C.M.S)

19. கண்ணன் **InProm** வீரப்பன் **In Sug**

கண்ணன் : சாந்திங்கறது என் தம்பி சம்சாரம். அந்தக் குடும்பத்திலே சாந்தியும் சந்தோஷமும் இருக்கணும்னுதான்... (என்று மறுபடியும் கண்கலங்க)

-CUT-

(C.M.S)

20. வீரப்பன் **InProm** கண்ணன் **In Sug**

வீரப்பன்: சாக வந்துட்டீங்களாக்கும் (கேலியாய்ச் சிரிக்க) நல்லா யோசிச்சிப் பாருங்கய்யா... ஒருத்தர் சாவிலேயா

இன்னொருத்தர் சந்தோஷம் வரும்? பாவம், உங்களுக்கு ஏதாவது ஆயிட்டிருந்தா... பெத்த வயிறும் உடன் பெறந்தவங்க ரத்தமும் எப்பிடித் துடிக்கும்...? என்ன பாவம் பண்ணோமோ, இந்தக் கதிக்கு ஆளாயிருக்கோம்... உங்களுக்கு என்னய்யா கொறைச்சல்...?

-CUT-

(C.M.S)

21. கண்ணன்: என்னாலே யாருக்கும் ஒரு உதவியும் இல்லே... சந்தோஷமும் இல்லே... நான் ஒரு பாரம்... பார்க்கிறவங்களுக்கெல்லாம் ஒரு பரிதாபம்... போதும்யா... இவங்க பாசமும்... பரிதாபமும்...

(கண்ணன் பேசிக்கொண்டேயிருக்க... வீரப்பன் வண்டியை தள்ளிக்கொண்டே.... Moving Shot)

சத்திரம்.

(Shot ஆரம்பத்தில் கேமராவுக்கு எதிரே ஒரு மரமும் Camera Pans A LITTLE COMPOSES சத்திரம் InFrame கண்ணன் சக்கர வண்டியில் வந்து சத்திரத்தின் முன்னால் நிற்க, வீரப்பன் குதூகலமாக கையைத் தட்டி ரசித்தவாறு கண்ணன் FieldINஆக...)

காட்சி: 39

சத்திரம்.

(M.L.S) 1. *சக்கரவண்டியில் கண்ணன் வர, அவனைத் தொடர்ந்து வீரப்பனும்... கண்ணன் எழுந்து பெரிய திண்ணையில் உட்காருவதற்கு வீரப்பன் உதவ...*

ஒரு பெரிய திண்ணையும் இன்னொருபக்கம் ஒரு சிறிய திண்ணையும், இரண்டுக்கும் இடையே மூட துருப்பிடித்த பூட்டு தொங்கும் வாசற்கதவும் (பனிமூட்டம்)

-CUT-

(C.M.S)

2. *வீரப்பன்* **In Sug** *கண்ணன்* **InProm**

வீரப்பன்: இதான் நம்ம அரண்மனை...

(Camera Pans avoides Both Registers Atmosphere Of *சத்திரம்)*

வீரப்பன் குரல் : இந்த ஒட்டுத் திண்ணையை விட்டு மத்த இடத்திலே நான் உட்கார்ந்ததுகூட இல்ல... யாராவது உன்னைமாதிரி வர்றவங்க... போறவங்க தங்குவாங்களேன்னு...

(Shot Pans To *பெரிய திண்ணை... ஒரு மூலையில் படுத்திருக்கும் நாய்கள்...)*

இவங்கதான் நமக்குத் துணை. மனிதனின் தோழர்கள்.

-CUT-

(C.M.S) To (M.S)

3. *கூரையிலிருந்து ஒரு பாம்பு இறங்கி சுவரோரமாய் விரைந்து ஒரு பொந்தில் நுழைகிறது..*

(Camera In (M.S) *திண்ணையில் உட்கார்ந்திருக்கும் கண்ணன் அவன் அருகே நின்றிருக்கும் வீரப்பனும், கண்ணன் பயந்து தூணைக் கட்டிப்பிடிக்க... வீரப்பன் சிரிக்க...)*

-CUT-

(C.M.S)

4. கண்ணன் – வீரப்பன் சின்னத் திண்ணையில் உட்கார்ந்து கொண்டே…

வீரப்பன் : உங்களுக்குத் தெரியுமா சாமி…? நம்பள பாம்புகூட தீண்டாது…

-CUT-

(C.M.S)

5. கண்ணன் குளிரில் நடுங்கி போர்த்திக் கொள்கிறான்…

(Camera Pans To Ext Fog)

கண்ணன்: (உதறியவாறே) ரொம்பக் குளிருதய்யா…

வீரப்பன்: கொஞ்சம் உள்ளே நகர்ந்து குந்திக்கோ…!

-CUT-

(C.M.S)

6. கண்ணன் சுவரோரமாய் நகர்ந்து, சற்றுமுன் பாம்பு ஊர்ந்து போனதை நினைத்து நடுங்க… வீரப்பன் சிரிப்பு **Overlaps**

-CUT-

(C.M.S)

7. வீரப்பன்மீது **Shot Open** ஆகிய **Little Panning** அவனுடைய **Profile**ம் கண்ணன் **Prom**

வீரப்பன்: போற உயிர் எப்படிப்போனா என்னய்யா…? பாம்புன்னா உடனே பதர்றேய்யா… கண்ணன் அவனைப் பார்த்து…

கண்ணன்: யோ… பரதேசி… உனக்கு எவ்வளவு விஷயம் தெரியுது. இந்தச் சின்ன விஷயம் தெரியலையே…!

After A Pass நான் உயிரை விட்டுடத்தான் நினைச்சேன். அது அந்த நேரத்திலே நடந்திருக்கணும் ஒரு தடவை தட்டிடுச்சுன்னா…

In Action Moves Happens Any More In (C.S) என் கதையை கொஞ்சம் கேக்கறயா…? (என்று பார்க்க)

-CUT-

(C.M.S) To (M.S)

8. *வீரப்பன்: (திண்ணையிலிருந்து இறங்கிக்கொண்டே)* கதை இருக்கட்டும், கொஞ்சம் கணப்பு மூட்டிக்குவோம். இந்த உதறு உதர்றே...

என்று, பரிகாசக் குரலில் கூறியவாறே இறங்கி மரத்தடிக்குப் போய் சருகுகளைச் சேகரிக்கிறான்..

-CUT-

(C.M.S)

9. *(வீரப்பன் பார்த்துக்கொண்டு)* என்னத்துக்கய்யா நான் இன்னும் இருக்கணும்...? இனிமே நான் உயிரோட இருந்தா அதுக்குக் காரணம் சாகறதுக்குத் தைரியம் இல்லாமதான்... மறுபடியும் எனக்கு காலு வரும்கிற நம்பிக்கை சத்தியமா இல்லை...

(என்று அவன் சொல்லிக்கொண்டே இருக்கையில் வர... வீரப்பன் சருகுகளைக் கொண்டுவந்து போட்டு, வீரப்பன் வானத்தைப் பார்க்க...)

-CUT-

(C.S) To (C.M.S)

10. வீரப்பன் வானத்தைப் பார்த்தவாறே சாமி... அதோ பாரு... சப்தரிஷி. (சப்தரிஷி) மண்டலம்... தெரியுதா...? பட்டம் பறக்குறமாதிரி ஒரு நாலு மூலைச் சதுரம்... அதுக்கு கீழே பாரு வாலுமாதிரி மூணு நட்சத்திரம்... சதுரம்... நாலு வாலு மூணு... மொத்தம் ஏழு, அதான் சப்தரிஷிகள்... கீழே இருக்குற ரிஷி இருக்குறாரே அந்த நட்சத்திரங்களுக்குக் கீழே... ஒரு புள்ளி வெச்சமாதிரி தெரியுதா...?

(டைலாக்கில் **Trally Back To (C.M.S) Includes** *கண்ணன்)*

கண்ணன்: ஆ... ஆ...

வீரப்பன்: அதான் "அருந்ததி" அம்மி மிதிச்சி பார்க்கறது...

கண்ணன்: (ஆச்சரியத்தோடு) அதுதான் அருந்ததியா...?

வீரப்பன் : ஆமாமய்யா...!

-CUT-

(C.S)

11. வீரப்பன் : அதான்யா அருந்ததி... பார்த்தேயில்ல...? உனக்கு ஆறு மாசத்துக்கு நிச்சயமா சாவு கிடையாது..

-CUT-

(M.S) To (C.M.S), (C.S)

12. வீரப்பன்: (சருகுகளுக்குத் தீ மூட்டியவாறே) அருந்ததி பார்த்தவனுக்கு ஆறு மாசத்துக்கு சாவு இல்லேன்னு பெரியவங்க சொல்லுவாங்க... நல்லா காலு கையை நீட்டி, சூடு பண்ணிக்க சாமி... எப்படி...! குளிருக்கு மஜாவா இல்லை... (என்று பீடி பற்றவைக்கிறான்) ... ஏன் சாமி பொறவியிலேயே உங்களுக்கு காலு இப்படித்தானா...?

(C.M.S) ல் கண்ணன் அனுபவித்துக் குளிர்காய்கிறான்.

(C.M.S) ல் கேமரா **ToP Angle** க்கு வர வேண்டும்)

(C.S) கண்ணன்: (மிகவும் சோகமாகி இல்லை என்ற தலையசைப்புடன்) அப்ப எனக்கு பத்து வயசிருக்கும்... ரன்னிங் ரேஸ்லயெல்லாம் பஸ்ட் ப்ரைஸ் வாங்கி இருக்கேன்யா நான்...!

(Super Impose Of A Ten Year Old Boy Running Ina Race Inmany Angle அம்மா சில ஃப்ரேம்களில் காட்டப்படலாம்... (C.S) க்கு போக கண்ணனின் முகத்தில் வெளிச்சமும், நிழலுமாய் குளிர்காயும் நெருப்பு எழுந்து அடங்கி இருள் அடைய அவன் கண்கள் மட்டும் பிரகாசிக்கப் பெருமூச்சுவிடுகிறான்...

End டைலாக்கில்

யாருக்கும் பாரமா இருக்கக் கூடாதுன்னுதான் சாகலாம்னு நான் வந்தேன்... இப்ப போச்சி... அந்த தைரியமும்...

(C.M.S)

13 கண்ணன் - வீரப்பன்

(SLITE ToP Angle நிறைய பீடித் துண்டுகள், ஒரு லேபிள் காலியாக இருக்க வேண்டும். வீரப்பன் ஒரு பீடியை குளிர்காய்ந்த கங்குலில் பற்றவைத்துக் கொள்ளுகிறான்... மறுபடியும் பற்றவைக்க திரும்பிப் பார்க்கும்போது சருகுகள் தீர்ந்துபோயிருக்கின்றன. கண்ணன் குளிரில்

நடுங்குகிறான்... சருகுகள் கொண்டுவர வீரப்பன் எழ... கண்ணன், வீரப்பன் போகும் திசையைப் பார்த்து ஒரு பெருமூச்சுடன்...)

கண்ணன்: பாவம்... என்னாலே உங்களுக்கும் சிரமம்தான்... *(என்று முனகிக்கொள்ள)*

-Cut-

(C.M.S)

14. வீரப்பன்: *(மரத்தடியில் பொறுக்கிக்கொண்டே நிமிர்ந்து நின்று)* என்னா சாமி பெரிய சிரமம்...! தாகத்துக்கு தண்ணீ கேட்டீங்க... என்னால குடுக்க முடிஞ்சுதா... குளிர்ல நடுங்குறீங்க... இந்தத் துணியை எடுத்துப் போர்த்த முடிஞ் சுதா...? ஒருத்தன் மேலே பிரியம் இருந்தா காமிச்சுக்க முடியுமா என்னாலே...

என்றவாறே, கேமராவை நெருங்கி வர, அவன் கண்கள் கலங்க வேண்டும். அவன் முகம் **OutField**ஆக, கேமரா **Pans To The Atmosphere...**

-Cut-

(M.S) To (C.M.S)

15. கண்ணன் **In Sug** வீரப்பன் **InProm**

வீரப்பன்: *(சருகுகளைக் கொண்டுவந்து போட்டு உட்கார்ந்து தீக்குச்சியை உரசியவாறே)* பற்றவைக்க முடியாமல், பெட்டியை கண்ணனின் முன்னால் எறிந்து... சாமி கொஞ்சம் பத்த வை...

-Cut-

(C.S) To (C.M.S)

16. கண்ணன் வீரப்பன் கண்ணன் நெருப்புக்குச்சியைக் கொளுத்துகிறான்.

OVER LAPS வீரப்பனின் குரல்: உங் கதையை நீ சொன்னே என் கதையை கொஞ்சம் கேக்குறியா...? விடியறத்துக்கு இன்னும் நாழி இருக்கு...

"விடியறதுக்கும் இன்னும் நாழியிருக்கு" என்ற டைலாக்கின் போது... தீ வெளிச்சம் அதிகமாகி இருவர் முகமும் ஒருவரை ஒருவர் பார்ப்பதாக...

(C.V)

    17. கண்ணன்

-Cut-

(C.V)

    18. வீரப்பன்

Trally Back To (C.M.S), (M.S), (M.L.S), E.(L.S) The Whole Atmosphere Inthe Centre சத்திரம் **In Centre Point** சருகுகள் எரிதல் இருபுறமும் இரண்டு உருவங்கள்...

-Cut-

- SHIFT To -

இந்த Shotகளின்போது "ஊருமில்லை பேருமில்லை" என்ற சங்கீதமாகவோ, தூரத்துக் குரலாகவோ, இரண்டும் கலந்தோ ஒலிக்க வேண்டும்...!

காட்சி- 40

(E.L.S) (L.S) To (M.L.S) To (M.S)

1. வீரப்பனின் குரல் : அதெல்லாம் பூர்வஜென்ம கதை மாதிரி தோணுது... சின்ன வயசிலே நான் ரொம்ப அழகா இருப்பேன், நான் தாய்க்கு தலைப்பிள்ள...

(ஒரு ஓட்டு வீடும் அதற்குப் பக்கத்தில் அமைந்துள்ள மாட்டுத் தொழுவமும் மாடுகளும், ஒருபக்கம் கயிற்றுக்கட்டிலும் அதில் உட்கார்ந்துள்ள ஒரு நோயாளிச் சிறுவனும் (10 - 12 வயது)

-Cut-

(C.S)To (M.S)

2. வீரப்பனின் குரல்: இந்த அம்மாங்களே அப்படித்தான்... அழுவாங்க... ஆனா எங்க ஐயா ரொம்பக் கண்டிப்பானவர்... மத்த புள்ளைங்க நல்லா இருக்கணும்கறதுக்காக என்னை மாட்டுக்கொட்டிலிலே ஒதுக்கி வெச்சி சோறு போட்டாங்க...

(Shot Opening On A Photo அதில் ஒரு குழந்தைக்கு கிருஷ்ணன் வேஷம் போடப்பட்டிருக்கிறது. Trally Back To (M.S) ஒரு தாய் அதைப் பார்த்தவாறு உட்கார்ந்து கண்கலங்கிக் கொண்டிருக்கிறாள் (மடியில் ஒரு குழந்தை) தாய் சோறு, குழம்பு, எடுத்துக்கொண்டு இடுப்பில் குழந்தையுடன் எழுந்திருக்க...)

-Cut-

(C.S) To (M.S)

3. நோயாளிச் சிறுவன் சோற்றுத்தட்டை விசிறி எறிய...

(M.S) ல் சோற்றுத்தட்டை Trally Back To (M.S) இவன் தூக்கி எறிவதைப் பார்த்துக்கொண்ட தந்தை கூரையின்மீது கிடந்து மலாறு ஒன்றை உருவி கையை ஓங்க... (M.S) பிரேமில்... பையன் In Sug... அப்பாInProm

பையன் InProm அப்பா In Sug

(M.S)

4. பையன் ஆக்ரோஷமாக அவர் எதிரே வந்து இடுப்பிலிருந்த வேட்டியை உருவிச் சுருட்டி எறிந்துவிட்டுத் திரும்பி வேகமாய் கோபமாய் நடந்து வேலிப்படலை திறந்துகொண்டு போகிறான்...

Camera Follows

-CUT-

(C.S) To (C.V)

5. பையனின் கால்கள் கல்லிலும் முள்ளிலும் நடக்கின்றன... காலில் கல் இடற விரலிலிருந்து ரத்தம் வர, ஒரு பாதம் துடிக்க...

-CUT-

(C.M.S) To (M.S)

6. வனாந்தரமான ஓரிடத்தில் தூரத்தில் மலையும் கோவிலும் கோபுரமும் தெரிய, மணியோசை முழங்க, பையன் உட்கார்ந்து கோவணத்தின் துணியைக் கிழித்து விரலில் சுற்றுகிறான். முகத்தில் கண்ணீர், வியர்வை, துன்பம், விரக்தி, மறுபடியும் எழுந்து நடக்க...

-CUT-

(C.M.S)

7. நடக்கின்ற கால்கள்...

-CUT-

(C.M.S)

8. நடக்கின்ற கால்கள். நிறையக் கட்டுகளும் ஒல்லியாய்ப் போன ஈக்கள் மொய்க்கிற, புண்கள் உடைய ஒரு பையனின் கால்கள். அதே உறுதி, அதே வேகம்...

-CUT-

(C.M.S)

9. வளைந்து நொண்டிச் செல்கிற ஒரு குஷ்டரோகியின் முடமான கால்கள்...

-CUT-

(C.S)

10. வீரப்பனின் முகம் "ஐயா" என்று பிச்சை கேட்கும் கோலம்... (முகத்தில் நெருப்பின் வெளிச்சம் பிரகாசிக்க ENDல்)

(இந்த முகத்துக்கும் இப்போதுள்ள முகத்துக்கும் வித்தியாசம் இருக்க வேண்டும். சற்று இளமையுடன் Without Lip Movement வீரப்பனின் குரல் இளமை முகத்தின்மீதே...)

இப்படித்தான் பாலகிருஷ்ணன் பழனியாண்டியாகி... பழநியாண்டி பரமசிவன் ஆன கதை.. -

MIX-

காட்சி: 41

(M.S)

1. சத்திரம் நடுவில் குளிர்காய்வதற்காக மூட்டப்பட்டிருக்கும் தீ எரிகிறது. இருவரும் உட்கார்ந்திருக்கிறார்கள்...

(ஒரு கார் சத்தம் வீரப்பன் தலைநிமிர்ந்து பார்க்க...)

-CUT-

(M.S)

2. ரோட்டில் ஒரு கார் பேனட் திறக்கப்பட்டு நின்றிருக்கிறது... ஒரு ஆள் கையில் ஒரு பிளாஸ்டிக் பக்கெட்டுடன்...

ஒரு ஆள்: காருக்கு ஊத்தறதுக்கு கொஞ்சம் தண்ணீ கொடுக்கறீங்களாய்யா...?

வீரப்பன்:**FieldIn**ஆகி பார்வை அந்த ஆள் புகைக்கிற சிகரெட்டின்மீதே இருக்க வேண்டும்) இதோ கொளத்து நிறைய இருக்குது சாமி தண்ணீ... வேணுங்குற அளவு எடுத்துக்கோங்க... (என்று அந்த ஆளைத் தொடர்ந்து போகிறான்.)

-CUT-

(C.M.S)

3. குளத்தில் தண்ணீர் எடுப்பதற்குமுன் அந்த மனிதன் கையிலிருந்த சிகரெட்டைத் தண்ணீரில் எறியப் போக...

OutField Voice வீரப்பன்: சாமி... சாமி... தண்ணீலே போட்டுடாதே சாமி... இந்தப் பக்கம் போடு...

-CUT-

(C.M.S)

4. கரைமீது உட்கார்ந்திருக்கும் வீரப்பன்... சிகரெட் துண்டு வந்து விழுகிறது... அதை எடுத்து சலாம் செய்துவிட்டுப் புகைக்கிறான்...

Trally Back To (M.S) தண்ணீர் பக்கெட்டுடன் வந்த அந்த மனிதன் இவன் சிகரெட் பிடிப்பதைக் கண்டு அனுதாபத்துடன் சட்டைப் பேக்கட்டிலிருந்து ஒரு சிகரெட்டை எடுத்துத் தர, அதை வீரப்பன் கும்பிட்டு

வாங்கிக் கொண்டு. சிகரெட் துண்டில் பெரிய சிகரெட்டைப் பற்றவைக்க... பேனட்டை மூடுகிற சத்தம் கேட்க...

-CUT-

(M.S)

5. காரின் முன்சீட்டில் ஒரு பெண்ணுடன் அந்த மனிதன் உட்கார்ந்து, காரை ஸ்டார்ட் செய்து வெளியே கையை நீட்டி பரதேசியை நோக்கி ஆட்ட, கார் நகர வீரப்பன் இரண்டு கைகளையும் தலைக்குமேல் உயர்த்திக்கொண்டு...

வீரப்பன்: சந்தோஷமா போயிட்டு வாங்க சாமி...

காருக்குள் இருக்கிற பெண் காரோட்டுகிறவனின் தோளில் சாய்வது தெரிகிறது...

-CUT-

(C.M.S)

6. வீரப்பன் திரும்பி கேமராவை நோக்கி வந்துகொண்டே, குதூகலமாக ஒரு தெம்மாங்குப் பாட்டுடன் போகிறான்...

(Camera Pans Him And Follows Him To சத்திரம் **Trally Forword** வீரப்பன் பாடிக்கொண்டே வந்து உட்கார்ந்து கண்ணனைப் பார்க்க...

-CUT-

(C.M.S)

7. கண்ணன் தூணை கட்டிக்கொண்டு குனிந்த தலையுடன் சோகமாய் உட்கார்ந்திருக்கிறான் (அழுதுகொண்டு)

Camera Pans Includes வீரப்பன் **Also** வீரப்பன் அவனுடைய முகத் தோற்றத்தை சற்று கவனித்தபின்...

வீரப்பன்: சாமி என்னத்துக்கய்யா... சும்மா வருத்தப்பட்டுட்டு உட்கார்ந்துக்கிட்டிருக்கே...? நமக்குதான் சந்தோஷம் இல்லே... சந்தோஷமா இருக்குறவங்களைப் பார்த்து நாம்பளும் கொஞ்சம் ஜாலியா இருந்துக்க வேண்டியதுதான்... (கண்ணன் அவனை விழி உயர்த்திப் பார்க்க) கார்ல வந்தாங்களே நல்ல ஜோடி... சிட்டுக் குருவிங்க மாதிரி, காலு இல்லாட்டிப் போனா என்னா சாமி...? உன்னமாதிரி ஒரு பொண் உனக்குக் கிடைச்சுதனா ஜாலியா சம்சாரம் பண்ணிக்கிட்டு இருக்கவேண்டியதுதானே? அப்படி

ஒண்ணும் உன் வாழ்க்கையிலே நடக்கலியா...? கண்ணன் ஒரு *(பெருமூச்சுடன் வேறுபுறம் திரும்ப)*

-CUT-

கண்களைச் சிமிட்டியவாறு ஏதாவது இருக்கும்...

(C.M.S)

8. கண்ணன்: அதான் சொன்னேனே சாமி, நானும் ஒரு பொண்ணு மேல ஆசைப்பட்டேன்... அப்புறம் அதையே என் தம்பிக்குக் கல்யாணம் பண்ணி வெச்சுட்டேன்...

(ForeGroundல் கண்ணன் முகம் பெரிதாகவும், Backgroundல் வீரப்பன் உட்கார்ந்திருப்பதும் கண்ணன் திரும்பிப் பார்த்து,

-CUT-

(C.S)

9. வீரப்பன்: *(சருகுகளை அள்ளி நெருப்பிலே போட்டவாறே)* எதையோ நினைத்து ஒரு சிரிப்புடன் இந்தப் பரதேசி வாழ்க்கையிலே நானும் ஒரு சம்சாரம்கூட நடத்திட்டேன்... அந்தப் பொண்ணை ஒரு தடவை திருத்தணிக்குப் போனப்போ பார்த்தேன்...

Camera Goes To (C.S) Frame S MIX - (C.S) OF வீரப்பன் As Young Trally Back Super Impose Of ஒரு திருவிழாக் கும்பல் *(குஷ்டரோக பிச்சைக்காரர்களின் கும்பலான காட்சி காட்டப்படுதல்)*

-CUT-

காட்சி: 42

FLASH BACK

(M.S)

1. ஒரு மரத்தடியில் ஒரு முக்காட்டுடன் ஒரு நோயாளிப் பெண் (யுவதி) உட்கார்ந்திருக்க... அங்கு வீரப்பன் அவளைப் பார்த்தவாறே வந்து உட்காருகிறான்...

-CUT-

(C.S) To (C.M.S)

2. வீரப்பன் அவளையே பார்த்துக்கொண்டிருக்க **Trally Back** அவள் **Included** அவள் வருத்தமாகவும் சோர்வாகவும் உட்கார்ந்திருக்கிறாள். வீரப்பன் அவளோடு பேசுகிறான்... அவள் விழி உயர்த்திப் பார்க்க...

-CUT-

(C.S) To (C.M.S)

3. அவள் அவனைப் பார்க்க... எதுவோ சொல்ல **Trally Back** அவன் **Included** அவன் அவளருகே நெருங்கி வந்து, தன் டப்பாவிலிருந்து அவளுக்கு சாப்பிடக் கொடுக்க...

-CUT-

(C.S)

4. கன்னத்தில் ஊன்றிய கைகளுடன் வீரப்பன் அவளை காதலோடு பார்த்துக் கொண்டிருக்கிறான்...

-CUT-

(C.S)

5. அவள் சாப்பிட்டுக்கொண்டே இருந்தவள், ஒருமுறை விழி உயர்த்திப் பார்த்துச் சிரிக்க... (கண்களில் கண்ணீருடன்)

-CUT-

(C.S) To (C.M.S)

6. பாழடைந்த கோவிலில் அவள் தூங்கிக்கொண்டே குளிரில் நடுங்க... வீரப்பன் அவளை நெருங்கி அவனது மேல்துண்டை எடுத்து அவள்மீது போர்த்திவிட்டு, அவன் உடல் குளிரால் நடுங்க... உட்கார்ந்து கொண்டிருக்கிறான்.

(M.S)To (C.M.S) – (C.S)

6A . ஒரு பாழடைந்த கோவில். வெளியே மழை. வீரப்பன் ஒரு பக்கமும் அவள் ஒருபக்கமும் ஒண்டிக்கொண்டு உட்கார்ந்திருக்க, வீரப்பன் பக்கம் மழைச்சாரல் அடிக்க அவன், அவளை நெருங்க... அவள் மறுத்து தலையாட்டி விலக **Camera Follows HER Action** அவள் பார்வை அவருக்குப் பின்னால் உள்ள சிவலிங்கத்தைப் பார்க்க... **Camera Pans To** சிவலிங்கம் அதன் பின்னால் செடியும், புதரும் வளர்ந்து பூக்களும் இருக்கின்றன.

-CUT-

(C.M.S) To (C.S)

7. சிவலிங்கம் வீரப்பன் **FieldIn** ஆகி ஒரு கொத்துப்பூவை பறித்துக்கொண்டு திரும்ப **Camera Follows HIM Includes** அவள். அவள் முகத்துக்கு நேரே வீரப்பனின் கைகள் பூங்கொத்தை ஏந்தி நிற்க... அவள் தனது குறைப்பட்ட கைகளால் அதை வாங்கி ஒரு பூவை தலையில் சொருகிக்கொண்டு தலைகுனிய வீரப்பனின் குறைப்பட்ட விரல் ஒன்றில் அவள் நெற்றியில் பொட்டிட்டு நிமிர்ந்த அவள் கண்கள் கலங்கி அழ... வீரப்பனின் முகம் வர...

-CUT-

(C.M.S)

8. இருவரும் ஒருவரையொருவர் கட்டிக்கொண்டு அழ...

-MIX-

(C.S)

9. வீரப்பன் **Flames** அவள் கண்களிலிருந்து கண்ணீர் வழிந்து கொண்டிருக்கிறது, மிகவும் சோகமாக.

வீரப்பன்: நாங்க ரெண்டுபேரும் ரொம்ப ரொம்ப சந்தோஷமா வாழ்ந்தோம் சாமி...

-CUT-

(M.S)To (C.M.S) & (C.S)

10. *குரல்:* சிலசமயத்திலே நினைச்சுக்குவேன்: இந்த வியாதி வரலைன்னா இவளைமாதிரி ஒருத்தி நமக்கு பொண்டாட்டியா கிடைப்பாளான்னு...

(ஆலமரத்தில் ஒருபக்கம் மூன்று கற்கள் வைத்து அடுப்பு எரிய அதன் பக்கத்தில் உட்கார்ந்திருக்கும் அவளும், அவள் மடியில் தலைசாய்த்துப் படுத்திருக்கும் அவனும்... அவளைச் சீண்ட அவள் சிரிக்க...

-Cut-

வீரப்பனின் குரல்: சேற்றிலே தாமரை பூத்தமாதிரி சிரிக்கிற குழந்தை...

(C.V)

11. குழந்தை Zoom Back To (C.S) அவள் முலை, குழந்தை பால் குடித்தல் Zoom Back To (C.M.S) அவள் Come Back To (M.S) வீரப்பன் மரத்தில் கட்டிய தூளியைப் பிடித்துக்கொண்டு நிற்கிறான். அவள் குழந்தையுடன் எழுந்திருக்க...

-Cut-

(C.M.S) To (C.V)

12. தூளி. இருவரும் குழந்தையை தூளியில் போட்டு ஆட்டுகிறார்கள். (C.V) வில், தூங்கிக் கொண்டிருக்கிற குழந்தையின் முகம் (அதன்மீது)...

வீரப்பனின் குரல்: அந்தக் குழந்தையை தொடறப்பெல்லாம், என்னமோ பாவம் பண்றமாதிரி எங்க ரெண்டுபேருக்கும் மனசு பதைக்கும்...

-Cut-

(C.M.S)

13. வீரப்பனின் குரல்: நான் எவ்வளவோ சொன்னேன்... நமக்கெல்லாம் புள்ளைப்பாசம், பெத்தவங்க பாசமெல்லாம் கூடாதுன்னு. நம்மைப் பெத்தவங்க வெறுத்தா நம்மை வெறட்டுனாங்க... நான் மட்டும் இந்தப் புள்ளையை வெறுத்தா எங்கேயாவது விட்டுடலாம்ன்னு சொல்றேன்...?

Background ல் ரயில்வே கிராதி ஓரமாய் உட்கார்ந்து மடியில் கிடத்திய குழந்தைக்கு அவள் பால் கொடுத்துக் கொண்டிருக்கிறாள். வீரப்பன் FieldIn ஆகி என்னவோ சொல்ல, அவள் பிரமிப்புடன் அவனை விழித்துப் பார்க்க, கண்களில் கண்ணீர் சுரக்கிறது. தலையை உசுப்பிக்கொண்டு அழுகிறாள்.

பெத்தவ மனசு கேக்கல... எனக்கு மட்டும் மனசு கேக்குதா... அவ உயிரை பறிச்சிக்கிட்டுப் போறமாதிரி...

-CUT-

(C.S)

14. அவள் கையிலிருந்த குழந்தையை அவன் எடுத்துக்கொள்ள அவள் கைகளை நீட்டி அழ, அவன் **FieldOUT**ஆக...

-CUT-

(M.L.S)

15. ஆள் எவருமில்லாத ரயில்வே ஸ்டேஷனில் ஒரு ரயில் நிற்க... வீரப்பன் **ForeGround**ல் இருந்து **FieldIn**ஆகி வேகமாய் ரயிலை ஒட்டி நடக்க... (ரயில் பெட்டிகளைப் பார்த்தவாறு)

-CUT-

(M.S)

16. கையில் குழந்தையுடன் ரயில் பெட்டிகளைப் பார்த்துக் கொண்டு போகிற வீரப்பன். ரயில் நிற்கிறது... குழந்தையுடன் வீரப்பன் கேரேஜுக்குள் ஏற,

-CUT-

(C.V)

17. ரயில் கூவும் சத்தம்... வீரப்பனின் கையில் இருக்கும் குழந்தை சிரிக்க...

-CUT-

(C.V)

18. வீரப்பன் அழுகிறான். (ரயில் நகர்கிற குலுக்கலும் சத்தமும்)

(C.M.S)

19. அவசர அவசரமாய் குழந்தையை ஒரு காலி சீட்டின்மீது வைத்துவிட்டு மறுபுறம் அவன் இறங்க...

Camera அவனோடு...

-CUT-

(C.S) To (M.S)

    20. வீரப்பன் அழுதுகொண்டே தனது குறைப்பட்ட கைகளை உயர்த்தி, நகர்கிற ரயிலை நோக்கிக் கும்பிட... ரயில் விரைகிறது.

Camera Pansto (L.S) Till The Traindis appears

-CUT-

(C.M.S)

    21. அழுதுகொண்டிருக்கும் அவளை அழுதுகொண்டே வீரப்பன் அணைத்து சமாதானம் கூறுகிறான்.

வீரப்பன் குரல்: நோயிருந்தா என்ன? தாயில்லையா? அந்த ஏக்கத்திலேயே... அப்புறம் அந்தப் பொண்ணு கொஞ்சநாள் உசிரோட இருந்தது...

-Cut-

FLASHBACK END

காட்சி: 43

சத்திரத் திண்ணை.

(C.V) To (M.S)

1. *வீரப்பன்:* அழுதுகொண்டே, புண்ணியவதி அவளும் போய்ச் சேர்ந்தாள். முன்னும் போச்சி பின்னும் போச்சி... நான் மொட்டை மரமா நிக்கிறேன்... நாள் வரலியே ஐயா... என்று.

கண்ணீருடன் உள்ள அவன் முகத்தின்மீது ஆரம்பத்திலிருந்து **Flames Trally Back To (M.S)**

-CUT-

(C.S) To (C.M.S)

2. இருவரும் அந்ந்மூதவாறே குனிந்திருக்கும் தலையை வீரப்பன் நிமிர்த்தி...

Trally Back To Both வீரப்பன் **InProm**

வீரப்பன்: நீ என்னமோ சொல்றியே... பஸ்ஸிலே உன்ன எழுந்திரிக்கச் சொன்னான், உக்காரச் சொன்னான்னு... (இதைப் பாரு என்று சற்றுப் பின்னால் நகர)

-CUT-

(C.M.S)

3. நிலா வெளிச்சத்தில் நின்றிருக்கும் வீரப்பன்.

வீரப்பன்: என்னை அந்த பஸ்ஸிலே ஏத்துவானா ஐயா...? ரயில் தண்டவாளத்திலே வந்து நின்ன ஒரு குழந்தையைக் காப்பாத்தறதுக்குன்னு தூக்கினேன்... அதுக்காக ஊரக்கூட்டி என்னை அடிச்சாங்கய்யா... இந்த நோய் வந்தவனுங்களுக்கெல்லாம் கெட்டபுத்தியாம்... நல்லா இருக்குற அந்தக் குழந்தைக்கு இந்தமாதிரி நோய் வரணும்னு நானா நினைப்பேன்... அப்படியெல்லாம்கூடச் சொன்னாங்க... போறானுங்க, அவனுங்களுக்கு புத்தியிலே நோய்... பெத்த புள்ளைக்கு எங்கே அந்த நோய் வந்திடுமோன்னு உசிரோட பறிகொடுத்தவன்யா நான். போராடணுங்க. அவனுங்களுக்கு புத்தியிலே நோய்... (என்று முகத்தைத் துடைத்துக்கொண்டு நெருங்கி வர...)

-CUT-

(C.M.S)

4. இருவரும் கண்ணன் InProm அழுதவாறே கரம் கூப்பிக்கொண்டு...

கண்ணன்: ஐயா... பரதேசி! ரொம்பப் பெரிய மனுஷன்யா... உன்னையா அடிச்சானுங்க. ஐயா... இந்தமாதிரி நோயாளிங்கள வெறுக்கக்கூடாது. இரக்கம் காட்டணும்னு மகாத்மா காந்திகூட சொல்லியிருக்காரு... எனக்கு உன் காலத்தொட்டு கும்பிடலாம்னு பக்தியே வருது...

வீரப்பனின் சிரிப்பு.

5. வீரப்பன் InProm கண்ணன் In Sug

வீரப்பன் : மகாத்மா காந்தி சொன்னதெல்லாம் கேட்டானுவ... இது ஒன்னுதான் கொற.. யாருக்கு வேணும் இவனுங்க இரக்கம்... உனக்கு பக்தி வந்தா அதோ...

Camera PansTo சிவலிங்கம்...

-Cut-

(C.S)

6. சருகுகள் எல்லாம் எரிந்து சாம்பலாகி இருக்கின்றன.

கேமரா Pans கண்ணன் தூங்கிவழிந்து கொட்டாவி விடுகிறான்.

-Cut-

(C.M.S) To (C.S)

7. வீரப்பன்: கையிலிருந்த கொம்பால் எரிந்து அணைந்திருந்த சாம்பலில் கோலம் வரைந்தவாறே இருந்தவன், விழியை மட்டும் உயர்த்தி கண்ணனைப் பார்த்தவாறு...

வீரப்பன்: சாமி, தூக்கம் வருதா? படுத்துக்கோ... தூங்கறது ரொம்ப சொகம்... தூங்க முடியாது... பொழுது விடிஞ்சி பெத்த மவராசிகிட்ட புள்ளையாப் போய்ச் சேரு... (C.S)ல் என்று சொன்னவாறே பீடியை எடுத்து நெருப்பில் பற்றவைத்துப் புகைத்து, உனக்கு நான் கடைசியா சொல்ற வார்த்தையைக் கேட்டுக்கோ... யாருக்கும் பாரமா இருக்காதே... சாமி தூங்கிட்டியா...?

-Cut-

காட்சி: 44

(C.M.S) To (C.S)

1. தூங்கிக்கொண்டிருக்கும் கண்ணன் அவன் முகத்திலொரு நிம்மதி. தூக்கத்தில் நெற்றி சுளிப்பதால் ஒரு சிந்தனை (சத்திரத்துத் திண்ணையில் ஒரு பரதேசி பாட்டு ஆரம்பம்)

-Cut-

(C.V)

2. வீரப்பன் தனது நிலையை எண்ணி அழுது ஊனக் கைகளில் முகம் புதைக்கிறான்...

(**Super Impose** துணியை அவிழ்த்துவிட்டு மறந்து வந்த சிறுவன்)

(M.S)

3. வீரப்பன் திண்ணையிலிருந்து எழுந்து வந்து ஒரு கல்லின்மீது தலைகுனிந்து உட்கார்ந்து சத்திரத்தைப் பார்க்க...

-Cut-

சத்திரம் திண்ணையில் உட்கார்ந்து சாப்பிட்டுக் கொண்டிருந்த **Shot Reapted** நாய்க்குச் சோறு முதல் சத்திரத்து எரவானத்திலிருந்து பாம்பு இறங்கி வந்து படம் எடுக்க...

-Cut-

கல்லின்மீதிருந்து எழுந்து போய் வண்டியருகே குனிந்து வண்டியை எடுத்துக்கொண்டு குளத்தை நோக்கி நடக்க... (கயிற்றால் வண்டியை இழுத்துக்கொண்டு) வீரப்பன் குளக்கரையில் உட்கார்ந்து வண்டியை ஒரு தென்னைமட்டையால் தேய்த்துக் கழுவுகிறான். கழுவி எடுத்துக் கொண்டு படியேறி வருகிறவரை அழுதுகொண்டே அடிக்கடி முகத்தை துடைத்துக்கொண்டே மூக்கை உறிஞ்சிக்கொண்டே,

சிவலிங்கம் அவன் மார்பில் அவள் முகம் புதைத்துக்கொண்டு அழுத காட்சி.

-Cut-

பால் குடிக்கும் குழந்தை

-CUT-

(Camera Avoid வீரப்பன் **Follows** காலியான சக்கர வண்டி **Includes In Another En** தூங்குகிற கண்ணன் வண்டி **In Sug** பிரேமில் அவன் தண்ணீர் வடிவதற்காக நிமிர்த்திவைக்கிற வண்டியின் சக்கரம், **InProm Super Impose** சருகுகள் உதிர இலை பொறுக்கிக் கொண்டிருந்த வீரப்பன்.

-CUT-

(C.V)

6. வீரப்பன்: **Through The Wheel Flames** பிரகாசமாக எரிகிறது பல **Angle**களில் பல உணர்வுகளோடு பல **Shot**கள் **InProm** பல பாட்டு முடிகிற அமைதி...

வீரப்பன்: **Without Lip Movement** உயிர்ச் சக்கரமும் நிற்பதில்லை... சத்தியமும் தோற்பதில்லை... கண்கள் கலங்க... முகத்தில் இருள் படர்ந்து... உதடுகளில் சிரிப்பு.

-FADE OUT

(L.S)

7. பிரேமில் வெறும் இருட்டு. நாய் ஊளையைத் தொடர்ந்து ரயிலின் கூவும் குரல்...

(L.S)

8. கண்ணன் வீட்டு தோட்டத்துக் கதவு திறந்திருக்க, உள்ளேயிருந்து கண்ணனின் தாயும் கும்பலும் வர **ZoomTo (C.S) Of** கண்ணனின் தாய் **Without Sound** கண்ணா என்று அலறி கேமராமுன் விழ... மற்றும் பலரும் பல **Angle**ளில் ஓடிவருதல்.

சத்திரம்

Without Sound

(C.S) To (C.M.S)

9. கண்ணன்: அம்மா...

(என்ற அலறலுடன் எழுந்து ரயிலைப் பார்க்க...)

-CUT-

(L.S)

10. தூரத்து ரயில்

-Cut-

(M.S)

11. கண்ணனின் தாய், ரயில்வே மேட்டில் விழுந்துகிடந்தவள் எழுந்து ரயிலை நோக்கி தலைவிரிகோலமாய் ஓட...

-Cut-

(M.S)

12. வண்டியில் உட்கார்ந்து கண்ணன் அதை வேகமாய் உந்திக்கொண்டு வர, Super Impose Shot வீரப்பன் இவனை வண்டியிலேற்றி தள்ளிவிட்டு உல்லாசமாய் சிரிக்க...

13. கண்ணனின் தாய், அழுத கண்களோடு இவனைப் பார்த்த மகிழ்ச்சியோடு... கண்ணா (M.S) ல் அவள் பின்னால் அழுத கண்களோடு கண்ணனைப் பார்த்த சந்தோஷத்தில்... உணர்ச்சிகளைக் காட்டுகிற ராஜா, சித்ரா, சாந்தி....

14. அடிபட்டுக் கிடக்கிற வீரப்பன்.

சக்கரம் வண்டி கண்ணன் In (M.S) கண்ணனின் முழுத்தோற்றம் சக்கரவண்டி வேகமாய்ப் போய்க்கொண்டே (E.L.S) ல் Stop Block Without Movement.

(THE END)